எமக்குத் தொழில் எழுத்து

வெ. நீலகண்டன்

சூரியன் பதிப்பகம்

229, கச்சேரி ரோடு,
மயிலாப்பூர், சென்னை-600 004.

ISBN: 978-93-85118-00-5

Title :
EMAKKUTH THOZHIL EZHUTHU
© V.NEELAKANDAN

சூரியன் பதிப்பகம்
வெளியீடு: **76**

நூல் தலைப்பு:
எமக்குத் தொழில் எழுத்து

நூல் ஆசிரியர்:
© **வெ.நீலகண்டன்**

அட்டைப் படம்:
Shutterstock

முதற்பதிப்பு:
ஜனவரி 2015

விலை:
ரூ.100/-

சூரியன் பதிப்பகம்
229, கச்சேரி ரோடு, மயிலாப்பூர்,
சென்னை–600004.
விற்பனைப் பிரிவு தொலைபேசி :
044 4220 9191 Extn: 21125
மொபைல்: 72990 27361
இ–மெயில் : kalbooks@dinakaran.com

பதிப்பாளர் மற்றும் ஆசிரியர்	:	**ஆர்.எம்.ஆர்.ரமேஷ்**
ஆசிரியர் குழு	:	**தி.முருகன்**
		வள்ளி, கே.என்.சிவராமன், பிரபுசங்கர், வெ.நீலகண்டன்
சீஃப் டிசைனர்	:	**பி.வேதா**
டிசைன் டீம்	:	**ப.லோகநாதன், எஸ்.பார்த்திபன், எஸ்.வைஷ்ணவி**

இந்தப் புத்தகத்தின் எந்த ஒரு பகுதியையும் பதிப்பாளரிடமிருந்து எழுத்துபூர்வமான முன் அனுமதி பெறாமல் மறுபிரசுரம் செய்வதோ, அச்சு மற்றும் மின்னணு ஊடகங்களில் மறுபதிப்பு செய்வதோ காப்புரிமைச் சட்டப்படி தடை செய்யப்பட்டதாகும். புத்தக விமர்சனத்துக்கு மட்டும் இந்தப் புத்தகத்திலிருந்து மேற்கோள் காட்ட அனுமதிக்கப்படுகிறது.

இது எழுத்தாளர்களின் கதை

எழுத்து ஒரு தொழிலா? உலகின் நாகரிகமடைந்த சமூகங்களில்கூட, உலகம் முழுக்க விற்கும் மொழிகளில் எழுதுபவர்கள் மத்தியில்கூட இன்னமும் விடை காண முடியாத கேள்வி இது! எனில், தமிழ் எழுத்தாளர்களின் நிலைமை பற்றி சொல்ல வேண்டியதில்லை. ஏதோ ஒரு பணியைச் செய்து முடித்து ஓய்வுபெற்ற வயதில்தான், அல்லது துணிந்து விருப்ப ஓய்வு வாங்க முடிகிற சிலரால்தான் இங்கு முழுநேர எழுத்தாளர்களாக மாற முடிகிறது.

ஒரு படைப்பாளியின் ஆக்கத்தைக் குதறியெடுக்கிற விமர்சன ஈட்டிகள், அந்தப் படைப்பை உருவாக்கும்போது அவனுக்குள் நிகழ்ந்த வாழ்க்கைப் போராட்டத்தை நினைத்துப் பார்ப்பதில்லை. வயிற்றுப்பாட்டுக்காக ஏதோ ஒரு தொழிலைப் பார்க்க நேர்ந்து, கிடைக்கும் ஓய்வு நேரங்களில் ஆகச்சிறந்த படைப்புகளை உருவாக்கிய உன்னத இலக்கியவாதிகள் தமிழில் நிறைய! மனதை இலக்கியத்துக்குப் பறிகொடுத்துவிட்டு, தொழிலில் கவனம் செலுத்த முடியாமல் வாழ்வைத் தொலைத்தவர்களையும் இங்கே பார்க்கலாம். என்ன செய்ய... புலவர்களைக் கொண்டாடிய மன்னர்களும் செல்வந்தர்களும் இங்கே வரலாறாக மட்டுமே இருக்கிறார்கள்.

படைப்புகளால் வெளிப்பட்ட பல எழுத்தாளர்களின் நிஜ வாழ்வு இங்கு பலருக்கும் தெரியாது. எத்தனையோ கதைகளையும் கவிதைகளையும் படைத்து மனதை வருடிய, உணர்வுகளை லேசாக்கிய அந்தப் படைப்பாளிகளின் வாழ்க்கைக் கதை எப்படி இருக்கிறது? ‘குங்குமம்’ இதழுக்காக அவர்களை நெருங்கிப் பேசி ஒரு தொடரை எழுதினார் தலைமை நிருபர் வெ.நீலகண்டன். அந்தக் கட்டுரைகளின் தொகுப்பே இந்த நூல். எத்தனை நெருக்கடிகளுக்கு மத்தியில் தமிழின் ஆகச் சிறந்த இலக்கியங்கள் உருவாகின்றன என்பதை, இந்த நூலைப் படிக்கும் எவராலும் உணர முடியும்.

- **ஆசிரியர்**

எழுத்து தொழிலல்ல... வாழ்க்கை!

எழுத்தைப் போன்றதொரு உயிர் கவ்வும் மிருகம் வேறெதுவும் இல்லை. எழுத்தை வாசிப்பவனையும், நேசிப்பவனையும் அந்த மிருகம் என்றென்றும் விட்டிறங்குவது இல்லை. பிரபஞ்ச சக்திகளையே தனக்குள் அடக்கிக்கொண்ட அம்மிருகத்தின் பிடியில் சிக்கியவர் எவரும் அதற்குள்ளாகவே அமிழ்ந்துதான் போக வேண்டும். மயக்கும்... மாற்றும்... வதைக்கும்... விதைக்கும்... செதுக்கும்... எழுத்து வாழ்வின் ஊடே புகுந்து எல்லா மாயாஜாலங்களையும் செய்யும்.

எழுத்து வேட்கை ஆட்கொண்ட மனிதன் தனக்கான அற்புதம் பொருந்திய தனித்ததொரு கனவுலகத்தை சிருஷ்டித்துக் கொள்கிறான். அந்த கனவுலகை அவனே ஆளவும் செய்கிறான். அந்த உலகத்தில் வாழும் அத்தனை ஜீவன்களும் அந்த எழுத்தாளனுக்கு சாமரம் வீசும். பிரளயத்தை அடக்கி அதன் தலையில் சிம்மாசனமிட்டு அமர்ந்து தன்னுலகத்தை ஆட்சி செய்யும் அவனின் விழிகள், அவனுக்குக் கீழான எல்லாவற்றையுமே துரும்பாகவும் தூசாகவும் எதிரொலிக்கும். அந்த மமதைதான் எழுத்தாளனின் அடையாளம்.

யதார்த்த உலகத்துக்கும் அந்தக் கனவுலகத்துக்குமான ஊசலாட்டமே எழுத்தாளனின் வாழ்க்கை. யதார்த்த உலகத்தில் எழுத்தாளனுக்கென்று தனித்த சிம்மாசனம் ஏதுமில்லை. உணவுக்காகவும் உறவுகளுக்காகவும் அலைந்து அல்லல்பட்டு, பேரங்களுக்குள் தொலைந்து, கடன்பட்டு உடன்பட்டு திணறி எழுகிற வாழ்க்கைதான் இங்கு எல்லோருக்கும். ஆனால் எழுத்தாளன், மமதை ததும்பும் தன் பார்வையால் புற உலகத்தை ஊதித் தள்ளுகிறான். இடர்பாடுகள், சிக்கல்கள், விவகாரங்கள் எதையும் அவன் உணர்வதே இல்லை. எல்லாமே, அவன் வாழ்வின் மேல் மோதி முனைமுறிந்து விழுந்து விடுகின்றன. தான் ஒரு எழுத்தாளன் என்கிற எண்ணமே அவனை வாழ்விக்கிறது. அவன் இருப்பை அலங்கரிக்கிறது.

தமிழில் இயங்குகிற எண்பது சதவீதம் எழுத்தாளர்கள் இப்படியான

இருவேறு வாழ்க்கையைத்தான் வாழ நேர்கிறது. சுருங்கச் சொன்னால், அரசு வேலை சாத்தியமற்ற எல்லா எழுத்தாளர்களுக்கும் நெருக்கடியான இயங்குதலே சாத்தியமாகிறது. அந்த நெருக்கடிகளுக்குள் இருந்துதான் அவர்களின் படைப்புகள் சூல் கொள்கின்றன. சுய உணர்தலில், சுய துயரத்தில், சுய மகிழ்ச்சியில் கரைந்த எழுத்து வாசக மனதில் அழுந்தப் பதிந்து பதியமாகி முளைவிட்டு கிளைக்கிறது.

பொருளீட்டுதலில் கரைகிற சமூகம் இது. பணத்தின் மீதான பற்று தல்தான் இவ்வுலகின் அச்சு. அந்த அச்சில் சிக்கியே எல்லாம் சுற்றிக் கொண்டிருக்கிறது. நன்கு பொருளீட்டத் தெரிந்தவன் வல்லவன்; புத்தி சாலி. பொருளீட்ட முடியாதவன் வாழத் தகுதியற்றவன். எப்பெரும் சக்தி இருந்தாலும் பொருள் இருந்தால்தான் அவை அங்கீகரிக்கப்படும். இப் படியான கற்பிதம் உள்ள சமூகத்தில், எழுத்தை உயிரோடு பிணைத்து தாங்கிப் பிடித்துக் கொண்டிருக்கும் எழுத்தாளர்கள் மீதான மதிப்பீடு ஆக்கப்பூர்வமாக இருக்க வாய்ப்பில்லை. ஆனால் சமூகம் தங்களைப் பற்றி கட்டமைக்கும் மதிப்பீட்டை துச்சமென தூக்கியெறிந்துவிட்டு சமூகத்திற்கான மதிப்பீட்டைக் கட்டமைக்கிறார்கள் எழுத்தாளர்கள். அப்படியான எழுத்தாளர்களைப் பற்றிய கதைகள்தான் இந்த நூலின் உள்ளடக்கம்.

பாரதி, எழுத்தையே தொழிலாகக் கொண்டு வாழ்ந்தவன். அதற்காக அவன் எதிர்கொண்ட புறக்கணிப்புகள் வரலாறாக விரிகிறது. உலகத்தின் ஆகச்சிறந்த செம்மொழிகள் பிறவற்றில் எழுத்தாளன் தெய்வத்திற்கு சமமாக மதிக்கப்படுகிறான். உலகின் மூத்தமொழி என்று கொண்டா டுகிற தமிழ்ச்சூழலில் எழுத்தை தொழிலாகக் கொண்டு வாழ்வது தற் கொலைக்குச் சமமானதாக இருக்கிறது. பாரதியை முன்னுதாரணமாகக் கொண்டு வைராக்கியமாக அப்படி வாழ்ந்து பார்த்த ஆளுமைகள், தங் கள் துயரங்கள் வாயிலாக நிறைய பாடங்களை விட்டுச் சென்றுள்ளார் கள். ஆசிரியராக, மருத்துவராக, சுயதொழிலில் வல்லுனர்களாக, மத்திய - மாநில அரசு ஊழியர்களாக இருந்து கொண்டு எழுதுவதில் சிக்கல் இல்லை. ஊழியனாக ஓரிடத்தில் பணியாற்றியபடியே எழுதுவது பெரும் சிக்கல். அதிகாரத்துக்கு எழுத்தே முதல் எதிரி. அதன் கொடூரப் பிடியில் திறன் முடங்கிப் போகிறது.

இந்த நூலில் இடம்பெற்றிருக்கிற படைப்பாளிகளுக்கு அவர்களின் ஊரில் வெவ்வேறு பெயர்கள் உண்டு. பாத்திரக்கடைக்காரர், கறிக்கடைக் காரர், செக்யூரிட்டி, ஆட்டோக்காரர், எலெக்ட்ரீஷியன், வெல்டர், ஃபிட்டர்... தொழிலை முன்னிறுத்தி சமூகம் இவர்களுக்கு இடும் அடையாளங்கள் வேறு. ஆனால் இவர்களின் தவம், எழுத்து. பணிச்சூழலிலும் இவர்கள் மனதால் எழுதிக்கொண்டே இருக்கிறார்கள். டேபிள் விளக்கு, பிரமாண்ட இருக்கை, கசங்கல் அறியாத வெண்தாள் இவர்களுக்கு வாய்ப்பதில்லை. இயங்கும் அத்தனை தளமும் இவர்களின் படைப்புக்களம். அங்கிருந்தே இவர்களின் படைப்புகள் விரிகின்றன. பொதுவெளியில் இவர்கள் எதிர்

கொள்ளும் எல்லா அனுபவங்களையும் இவர்களின் எழுத்து இலக்கியமாக்குகிறது. காலப் பெருவெளியின் கல் மேனியில் அந்த அனுபவங்களை எல்லாம் கல்வெட்டாக செதுக்கி வைக்கிறார்கள்.

லோடு ஆட்டோ ஓட்டுகிற சஞ்சீவிக்கு ஆயிரம் ரூபாயை மொத்தமாக எடுத்துச் சென்று புத்தகங்கள் வாங்குவது பெருங்கனவு. இவரைப் பற்றிய கட்டுரையைப் படித்துவிட்டு பல பேர் ஆயிரம் ரூபாய்களைக் கொடுக்க முன்வந்தார்கள். ''நான் சொன்னது என் வருமானத்தில் கிடைக்கும் ஆயிரம் ரூபாயை'' என்று சொல்லி அவற்றை அன்போடு மறுத்த சுயமரியாதையில்தான் எழுத்தாளனின் உக்கிர ஜீவன் ஒடுங்கியிருக்கிறது. டர்னர் வேலை செய்கிற கவிஞர் ஆசுவைப் பார்க்கிறபோது அவருக்குள் புதைந்து கிடக்கும் தமிழின் ஆகச்சிறந்த பூடகக் கவிதையின் வெளியை உணரமுடியாது. தஞ்சாவூரின் ஒரு வயலுக்குள், முழங்கால் அளவு சகதிக்குள் நின்றார் சி.எம்.முத்து. இந்தக் குச்சிராயர், தமிழின் ஆகச்சிறந்த நாவல்களை எழுதிய எழுத்தாளர் என்று ஊரில் பலருக்குத் தெரியாது. சட்டென கோபப்பட்டு அரிவாள் தூக்கும் சண்டைக்காரராக அறிமுகமான அளவுக்குக் கூட ஊரில் படைப்பாளியாக அவர் அறியப்படவில்லை. முழுதாக கட்டி முடிக்கப்படாத முத்துவின் வீட்டுக்குள் நுழைந்தால் குப்பையும் கூளமுமாக குவிந்து கிடக்கின்றன புத்தகங்கள். அத்தனையும் உலகின் ஆகச்சிறந்த இலக்கியங்கள்.

கதை சொல்லலில் கி.ராவின் வாரிசாக அறியப்படுகிற லெட்சுமணப் பெருமாள் வீட்டில் தீப்பெட்டி மருந்தின் வாடை நாசியைத் துளைக்கிறது. ''இதுதாம்னே நமக்குப் பிழைப்பு'' என்று சிரித்தபடி அமர்ந்து தீப்பெட்டி அடுக்கிக் கொண்டிருக்கிறார்.

எழுத்தை தொழிலாகக் கொள்ளாமல் வாழ்க்கையாக, உயிராகக் கொண்ட 26 எழுத்தாளர்களின் பின்புலத்தையும், அவர்களின் படைப்புகளையும், சமகால வாழ்க்கைச் சூழலையும் கதைப்படுத்தும் முயற்சியே இந்த நூல். குங்குமம் இதழில் தொடராக வந்து பரவலாக கவனம் பெற்ற கட்டுரைகளின் தொகுப்பு இது.

ஓரிரு நூல்களில் கவனம் பெற்ற இளம் படைப்பாளிகள் முதல், பல இலக்கியங்கள் செய்து பெரிதும் ஈர்த்த மூத்த படைப்பாளிகள் வரை பலரும் இதில் இடம் பெற்றிருக்கிறார்கள். மனம் திறந்து, எவ்வித உள்ளீடுகளும் இல்லாமல் தங்கள் ஏற்ற இறக்கங்களை பகிர்ந்து கொண்டிருக்கிறார்கள். எழுத்தாளனின் நூல்களைப் படிக்கும் வாசகர்களுக்கு எழுத்தாளனைப் படிக்கும் அனுபவத்தை இந்நூல் வழங்கும்.

'குங்குமம்' இதழில் இப்படியொரு தொடரை எழுத இசைவளித்ததோடு, சூரியன் பதிப்பகம் மூலம் நூலாகவும் வெளியிட அனுமதி அளித்த எங்கள் நிர்வாக இயக்குனர் திருமிகு ஆர்.எம்.ஆர்.ரமேஷ் அவர்களுக்கு மரியாதைக்குரிய நன்றிகளைச் சமர்பிக்கிறேன். இத்தொடர் எழுதும் வாய்ப்பை அளித்து, உற்சாகப்படுத்தி வழிநடத்தியதோடு, என் எழுத்தையும் செம்மைப்படுத்தும் 'குங்குமம்' முதன்மை ஆசிரியர் திரு

மிகு தி.முருகன் அவர்களுக்கும் மனமார்ந்த நன்றிகள். இத்தொடர் வெளிவந்த தருணத்தில் ஆக்கப்பூர்வமான ஆலோசனைகள் அளித்து தோள்தட்டி உற்சாகப்படுத்திய 'குங்குமம் தோழி' முதன்மை ஆசிரியர் திருமிகு வள்ளிதாசன் அவர்களுக்கும், தினகரன் இணைப்பிதழ்களின் முதன்மை ஆசிரியர் திருமிகு கே.என்.சிவராமன் அவர்களுக்கும் நன்றிகள். சிறப்பான வடிவமைப்பின் மூலம் இத்தொடரை வளப்படுத்திய 'குங்குமம்' மற்றும் சூரியன் பதிப்பக தலைமை வடிவமைப்பாளர் திருமிகு வேதா மற்றும் வடிவமைப்புக் குழுவினரையும் நன்றியோடு நினைவு கூர்கிறேன். வழக்கம் போல் எப்போதும் உடனிருந்து உற்சாகமூட்டும் நண்பர்கள் கிருஷ்ணா, எஸ்.ஆர்.செந்தில்குமார் இருவரின் கரங்களோடு என் நேசக்கரங்கள் இணைகின்றன.

— **வெ.நீலகண்டன்**
murasu2006@yahoo.com

சமர்ப்பணம்

எனது வழிகாட்டியும்
இதழியல் ஆசானுமான
அண்ணன்
பேராவூரணி கே.கான்முகமது
அவர்களுக்கு...

காமுத்துரை

“40 ஈய வட்டகை, 150 பிளாஸ்டிக் சேர், 6 ஸ்டவ்வு, 5 இருப்புச்சட்டி, 40 வாளி, 4 டிரம்... இதெல்லாம்தான் இன்னைய பொழுதுக்கு என் நம்பிக்கை. நான் பண்ணாத தொழில் இல்லை. ஆனா எதுவும் என் இயல்புக்கு பொருந்தல. இன்னைக்கு இது... நாளைக்கு என்னன்னு யோசிக்கலை!” – காமுத்துரையின் பேச்சும் எழுத்து மாதிரியே பூடகமாக இருக்கிறது.

தமிழ் எழுத்துச்சூழலில் விளிம்புநிலைக் குரலாய் ஒலிப்பது ம.காமுத்துரையின் எழுத்து. வெம்மை ததும்பும் தேனியின் வழக்குச் சொற்களில் அடித்தட்டு மக்களின் சுமைகளையும், வலிகளையும் வார்த்தைகளாக்குபவர். ‘கப்பலில் வந்த நகரம்’, ‘விடுபட’, ‘நல்ல தண்ணி கிணறு’, ‘நாளைக்குச் செத்துப் போனவன்’, ‘கனா’ போன்ற சிறுகதை நூல்கள் மூலம் தமிழின் தனித்துவமிக்க படைப்பாளியாக கவனம் பெற்றவர்.

அல்லிநகரத்தில் வாடகைப் பாத்திரக்கடை நடத்தும் இந்த படைப்பாளியை, ‘பாத்திரக்காரர்’ என்று அழைக்கிறார்கள் தேனிக்காரர்கள்.

‘‘**பொ**றந்தது தேனின்னாலும் வளர்ந்ததெல்லாம் அம்மா ஊரு வீரபாண்டியில. தாய்வழி சொந்தமுன்னாவே நெகிழ்ச்சியான ஒட்டுதல் இருக்கும். தேனியைவிட வீரபாண்டிதான் என் கதைகள்ல முன்னாடி நிக்கும். முல்லையாறு கிளையெடுத்து பெரிய ராஜ வாய்க்

10 எமக்குத் தொழில் எழுத்து

காலா ஊருக்குள்ள ஓடும். தேரிமேடு முழுக்க மிளகாய்ப்பழம் விரிஞ்சு காயும். இன்னைக்கு நினைச்சாலும் அதெல்லாம் இனிக்குது...” – வட்டகையைத் துடைத்தபடி பேசுகிறார் காமுத்துரை.

“இன்னைக்கு ரசனையா நாலெழுத்து சேத்தாப்புல எழுதுறேன்னா, அதுக்குக் காரணம் எங்க பாட்டி. நம்ம மனநிலைமைக்குத் தகுந்தமாதிரி கதை சொல்லும். ஒவ்வொரு நாளும் ஒவ்வொரு பாத்திரம். தாத்தா நெல்லவிச்சு, அரிசி அரைச்சு விப்பாரு. அவரும் இட்டுக்கட்டி பாடுவாரு. இந்தமாதிரி கதையும் இசையுமா, இதமான சூழல்ல வளந்தேன்.

பெரிய பத்து (எஸ்எஸ்எல்சி) முடிக்கிறதுக்குள்ள நாக்கு தள்ளிப் போச்சு. ஐடிஐயில சேத்து விட்டாரு அப்பா. வெல்டிங் டிரேடு படிச்சேன். மேலோட்டமான படிப்புதான். உள்ளுக்குள்ள இறங்கல. தங்கச்சி பூப்பெய்தின நேரம். ‘பொழுது போகலே... ஏதாவது புத்தகம் எடுத்துக்கிட்டு வாண்ணே’ன்னு சொன்னுச்சு. தங்கச்சிக்காகதான் முதன்முதல்ல நூலகத்துக்குள்ள நுழைஞ்சேன். பிற்பாடு அதுதான் வாசத்தலம் ஆயிருச்சு. முதல்ல என்னை வசீகரிச்சது கண்ணதாசன். கொஞ்சம் கொஞ்சமா வேற தளத்துக்கு வாசிப்பு விரிவாச்சு.

பொன்.விஜயன் நடத்தின ‘புதிய நம்பிக்கை’, அல்லி உதயன் நடத்தின ‘விடியும்’ கையெழுத்துப் பத்திரிகை... இதெல்லாம் என்னை எழுதத் தூண்டி பண்படுத்தின களங்கள். பாரதிராஜாவோட ‘பதினாறு வயதினிலே’ கொடுத்த உத்வேகத்துல, தேனியில நிறைய நாடகக்குழுக்கள் உருவாச்சு. அந்த குழுக்களுக்கு பாடல்கள் எழுதிக் கொடுப்பேன். நாடகங்களும் எழுதுவேன். தமிழ்நாடு முற்போக்கு எழுத்தாளர் கலைஞர்கள் சங்கத்தோட தொடர்பு கிடைச்ச பிறகுதான் எழுத்தோட தன்மையும், வீரியமும் புரிஞ்சுச்சு.

ஐடிஐ முடிச்சு ஓர்க்ஷாப்புல வெல்டரா சேந்தேன். ஆனா மனசொரு பக்கமும், வேலையொரு பக்கமும் இழுத்துக்கிட்டு நின்னுச்சு. வேலை சுணங்கிப் போச்சு. இது உனக்கு சரிப்படாதுன்னு அனுப்பி வச்சுட்டாங்க. அடுத்து ஒரு செருப்புக் கடையில சேல்ஸ்மேனா சேந்தேன். அதுவும் ஒட்டலை. தையல் கத்துக்கிட்டா பிழைச்சுக்கலாம்னு சிலர் சொன்னாங்க. ஒரு தையல்கடையில காஜா போடப் போனேன். நம்ம போட்ட காஜாவைப் பாத்துட்டு நாலைஞ்சு நாள்ல வீட்டுக்கு அனுப்பிட்டாரு அந்த தையல்காரரு...” – சிரிக்கிறார் காமுத்துரை.

''பிழைக்க நிறைய வழியிருக்கு... ஆனா மனசுக்குப் புடிச்ச மாதிரி பிழைக்கணும். தேனிக்கு ஸ்பின்னிங் மில்கள் அறிமுகமான நேரம். ஒரு மில்லுல 'சைடரா' வேலைக்குச் சேந்தேன். மெஷின் ஓடுறப்போ நூல் அறுந்து விழுந்தா எடுத்து முடிஞ்சு விடணும். ஆறேழு வருஷம் ஓடுச்சு. ஆனா விவகாரம் வேறுமாதிரி வந்துச்சு. மில்லுல கடினமான வேலை, குறைவான கூலின்னு பலருக்கு பல பிரச்னைகள். நாம படைப்பாளியாச்சே... அந்தக் கொடுமைகளை சகிக்க முடியலே. சங்கம் கட்டுற வேலையில இறங்குனோம். இதைக் கேள்விப்பட்டு முன்னணியில இருந்த 16 பேரையும் வேலையை விட்டு தூக்கிருச்சு நிர்வாகம்.

அடுத்த 5 வருஷம் வேலை நீக்கத்தை எதிர்த்து கோர்ட்டுக்கு அலைஞ்சோம். கடைசியா, நிவாரணத் தொகையா கொஞ்சம் பணம் குடுத்தாங்க. அதை வச்சு பைனான்ஸ் கம்பெனி தொடங்குனேன். சித்தாள், கொத்தனார், விவசாயக்கூலி, மீன் வியாபாரி மாதிரி அன்னாடம் உழைப்பாளிகளுக்கு கடன் கொடுத்து வாங்குறது. அசலோட கூடகொஞ்சம் வட்டி.

பைனான்ஸ் தொழிலுக்கு அமட்டி பேசத் தெரியணும்; சண்டை போடணும்; தேவைப்பட்டா கையையும் நீட்டணும். நம்ம பேசுனா நமக்கே குரல் கேட்காது. எங்கிட்டு அமட்டிப் பேசுறது? அந்தத் தொழிலும் சரியா வரல. கையில இருந்த எல்லாத்தையும் காலி பண்ணிட்டு நின்னேன். 'பிரெட் கம்பெனி ஏஜென்ட் எடுக்கலாம்'னு சொன்னான் ஒரு நண்பன். கடன் வாங்கி ஏஜென்சி எடுத்தேன். அதுவும் சரியா வரல. அடுத்து, செய்தித்தாள் ஏஜென்சி. அது நாலு வருஷம் ஓடுச்சு. பெறகு அதையும் நிறுத்திட்டு ஒதுக்குப்பொறத்தாப்ல ஒரு கடையைப் புடிச்சு கயிறு, இரும்புச்சாமான், நட்டு, போல்ட் வாங்கி வித்தேன். கைநட்டம்தான். நெளிவு சுளிவா தொழில் செய்யத் தெரியல.

தேனியில கட்டுமான வேலைகள் நிறைய நடக்கும். எப்பவும் தேவை இருக்கும். அதனால தட்டு, மம்பட்டி, கடப்பாரை, திரிசுக் கட்டை, உளி, ஆப்பு, கோக்காலி எல்லாம் வாங்கி வச்சு வாடகைக்கு விட்டேன். வாங்கிட்டுப் போறவங்க கொண்டாந்து குடுக்கிறதில்ல. அதுவும் போச்சு! கடைசியா, வாடகைப் பாத்திரக்கடை. இதுவும் எவ்வளவு காலம்னு தெரியாது.

ஒரு தனி மனிதனா இந்தப் பொருளாதார இழப்புகள் என்னை பாதிக்குதுதான். ஆனா எனக்குள்ள இருக்கிற எழுத்தாளனுக்கு இதெல்லாம்தான் தீனி. சித்தாள், கொத்தனார், மீன்காரப் பெண், பொரி கடலை வியாபாரி, சமையல்காரர்... இவங்ககிட்ட இருந்துதான் கதைகள் வருது. என்னையே நான் தூர நின்னு பாத்து எழுதப் பழகியிருக்கேன். என் வாழ்க்கையைப் பத்தி தெரிஞ்சுக்கணும்னா என் கதைகளைப் படிக்கணும். எதிர்பார்ப்புகளை குறைச்சுக்கிட்ட மனைவியும் மகன்களும் இல்லைன்னா, காமுத்துரைங்கிற எழுத்தாளன் சாத்தியமில்லை.

தொழில் மாறலாம். ஆனா எழுத்து வாழ்க்கையோட அங்கமாவே

இருக்கும். அதுதான் என்னை செம்மைப்படுத்துது. தீய பழக்கங்கள்ல சிக்காம என்னைக் காப்பாத்துது. மனசை ஈரமாக்குது. சொல்லப் போனா, எதையும் நான் எழுதறதில்லை; என் வழியா எழுத்து தன் னைத்தானே எழுதிக்குது... அவ்வளவுதான்!"

– தத்துவார்த்தமாகப் பேசிவிட்டு பழைய பாத்திரங்களில் தூசி துடைக்கிறார் காமுத்துரை.

சி.எம்.முத்து

“குச்சிராயர் குடும்பம்னா அப்படி ஒரு மரியாதை. சிங்கம் மாதிரி எங்க அய்யா... சுத்துப்பட்டு ஊருல பஞ்சாயத்தெல்லாம் அவரு தலைமையிலதான் நடக்கும். பரிசுத்தம் நாடார், மூப்பனார், பூண்டி வாண்டையார்னு பெரிய மனுஷ சினேகிதம் வேற. 30 வேலிக்கும் மேல நிலம். மம்பட்டி... இல்லைன்னா அருவான்னு திரிஞ்ச எங்க பரம்பரையில பேனாமேல ஆசைப்பட்டு திசைமாறிப்போன ஆளு நான் மட்டும்தான்” என்றபடி வெள்ளந்தியாக சிரிக்கிறார் சி.எம்.முத்து. தஞ்சை மண்சார்ந்த வட்டார இலக்கியத்துக்காகப் போற்றப்படுபவர். ‘நெஞ்சின் நடுவே’, ‘கறிச்சோறு’, ‘இவர்களும் ஜட்கா வண்டியும்’, ‘வேரடி மண்’, ‘ஐந்து பெண்மக்களும் அக்ரஹாரத்து வீடும்’ உள்ளிட்ட நாவல்கள் முத்துவின் இலக்கியச் செழுமைக்குச் சான்று. ‘ஏழுமுனிக்கும் இளைய முனி’, ‘மழை’, ‘அந்திமம்’ போன்ற சிறுகதைகள் மூலம் தஞ்சை மண்ணின் வாழ்வியலை மேல்பூச்சு இன்றி பதிவு செய்தவர். அழுக்கு வேட்டியும், கிழிந்த பனியனுமாக கிராமத்து மண்ணழுக்கு ஒட்டி வாழும் முத்துவின் பேச்சில் எழுத்தாளனுக்கு உரிய இறுமாப்பும் தலைக்கனமும் ஈர்க்கிறது. ‘கதா’, ‘இலக்கிய சிந்தனை’ என இவரது எழுத்து சூடிய மகுடங்கள் ஏராளம்.

“ஜட்கா வண்டி, எடுக்க, உடுக்க வேலையாளு, ஊரு முட்டும் மரியாதைன்னு வசதியான வாழ்க்கை... பெரிய சுத்து வீடு. ஒரு

பக்கம் நெல்லு... இன்னொரு பக்கம் கடலைன்னு வீட்டுக்குள்ள கால் வைக்க இடமிருக்காது. அய்யாவுக்கு எம்மேல ரொம்ப பிரியம். அண்ணன் திருநாவுக்கரசு நல்லா படிப்பாரு. எனக்கு ஏறல. வம்பு, வழக்குன்னு திரிஞ்ச பய நான். எல்லார்கிட்டயும் திமிர காட்டுவேன். எங்க வகுப்புல கருணாநிதின்னு ஒரு பையன். எப்ப பாத்தாலும் கதை, கவிதைன்னு எழுதிக்கிட்டே இருப்பான். வாத்தியாருங்க எதுக்கெடுத்தாலும் அவனைத்தான் கூப்பிடுவாங்க. 'நம்ம எதுல குறைஞ்சு போயிட்டோம்... நாமளும் கதை எழுதணும்'னு முடிவு பண்ணி நேரா லைப்ரரிக்கு போனேன். 'கண்ணாயிரத்தின் விதி'ன்னு ஒரு புத்தகம் இருந்துச்சு. அதை எடுத்துப் படிச்சேன். ஒரு நாப்பது பக்க நோட்டை வாங்கியாந்து, வாத்தியார் வர்ற நேரம் பாத்து அதுமாதிரியே ஒரு கதையை எழுத ஆரம்பிச்சுட்டேன். நமச்சிவாயம்னு ஒரு தமிழ் வாத்தியார். 'என்னப்பா எழுதுறே'ன்னு கேட்டாரு. 'கதை எழுதுறேன்யா'ன்னு சொன்னேன். நோட்டை வாங்கிப் பாத்தாரு. 'எலேய்... பெரிய நாவலாசிரியரா வருவே போலிருக்கே. நல்லா எழுதியிருக்கேடா'ன்னு பாராட்டுனாரு பாருங்க... அதுவரைக்கும் பாராட்டே வாங்காத ஆளு நான். ஆகாயத்துல மிதக்குற மாதிரி இருந்துச்சு!

மறுநாளு அந்த நோட்டை கக்கத்துல வச்சுக்கிட்டு வயக்காட்டுக்குக் கிளம்பிட்டேன். 'என்ன சின்னய்யா, பள்ளிக்கூடம் போகலையாடா'ன்னாரு அய்யா. 'இல்லைய்யா. நான் கதையெழுதப் போறேன். இனிமே பள்ளிக்கூடம் போகமாட்டேன்'னு சொல்லிட்டேன். திட்டுனாரு... அடிச்சாரு... ஆனா பள்ளிக்கூடம் போகவே மாட்டேன்னு சாதிச்சுட்டேன். 'சரி... ஒரு பய படிக்கிறான். இவன் விவசாயத்தைப் பாத்துக்கட்டும்'னு விட்டுட்டாரு.

தினமும் வயக்காட்டுக்குப் போயிருவேன். வரப்புகள்ல உக்காந்து எதையாவது எழுதுவேன். அய்யா வர்றப்போ ஏரைப் புடிக்கிறது, நாத்தள்ளிப் போடுறதுன்னு போக்குக் காட்டுவேன். எம்.எஸ்.மணியன் நடத்துன 'கற்பூரம்' பத்திரிகையில முதல் கதை வந்துச்சு. அதுக்குப்பிறகு 'கண்ணதாசன்', 'தீபத்'துல எல்லாம் எழுதுனேன். தஞ்சை பிரகாஷோட தொடர்பு கிடைச்ச பிறகு, என் எழுத்துல சமூக பிரக்ஞை வந்துச்சு.

அண்ணன் எஞ்சினியராகி, செகரட்ரியேட்ல வேலைக்குச் சேந்துட்டார். என்னால வயக்காட்டு வேலையில ஒட்ட முடியலே. வீட்டுல சொல்லாம, நானும் கிளம்பி சென்னை போயிட்டேன். அப்போ இலங்கையைச் சேர்ந்த சரோஜினி வரதராஜ கைலாசப் பிள்ளைங்கிறவர் 'மாணிக்கம்'னு ஒரு பத்திரிகை நடத்துனார். அதோட சென்னை பிரதிநிதியா என்னை வேலைக்குப் போட்

16 எமக்குத் தொழில் எழுத்து

டாங்க. சம்பளம் 450 ரூவா. கிட்டதட்ட அண்ணன் வாங்கினதுக்கு இணையான சம்பளம்.

வேலைக்குச் சேந்து நாலு மாசத்துல அய்யாகிட்ட இருந்து ஒரு கடுதாசி வருது. 'நம்ம ஊருக்கு போஸ்ட் ஆபீஸ் வந்திருக்கு. நீதான் போஸ்ட் மாஸ்டர். உடனே புறப்பட்டு வா'ன்னு எழுதியிருக்காரு. 'நல்ல வேலை கிடைச்சிருக்கு. கதை எழுத வசதியாயிருக்கு. வர முடியாது'ன்னு பதில் கடுதாசி போட்டேன். அய்யா நேரா வந்துட்டார். 'இவன் குடுக்கிற சம்பளம் நம்ம வூட்டு வயக்காட்டு மூலையில விளைஞ்சிரும். எனக்கு வயசாயிருச்சு. வந்து பக்கத்துல இருந்து விவசாயத்தைப் பாத்துக்கடா'ன்னு கூட்டிட்டு வந்துட்டாரு. போஸ்ட் ஆபீஸ்ல மாதச் சம்பளம் வெறும் 94 ரூவா. வவுத்தெரிச்சலா இல்லை?" – முத்துவின் சிரிப்பில் எகத்தாளமும் உண்மையும் தெறிக்கின்றன.

"அந்த வேலை ரொம்ப நாள் நீடிக்கல. ஆபீஸ்ல உக்காந்து கதை எழுதிக்கிட்டிருந்தா அதிகாரி பாத்துக்கிட்டிருப்பானா? கல்யாணம் பண்ணி வச்சா பொறுப்பு வந்திரும்னு அய்யா நினைச்சாரு. பொண்டாட்டி பேரு பானுமதி. எழுத்துன்னா கிலோ என்ன விலைன்னு கேக்குறவ.

வேலை போனவுடனே திரும்பவும் ஏரைப் பூட்டிக்கிட்டு வயக்காட்டுக்குப் போனேன். நான் முழுநேரமா விவசாயத்தில இறங்கின நேரம், மிகப்பெரிய இறங்குமுகம். உரம், பூச்சிக்கொல்லின்னு பழக்கமில்லாத சரக்கை எல்லாம் குடுத்து வயல்ல கொட்டச் சொன்னாங்க. விளைச்சல் கூடுச்சு. அதைவிட அதிகமா செலவும் கூடிப் போச்சு. நிறைய கடன் வாங்க வேண்டியிருந்துச்சு.

இன்னைக்கு பதினைஞ்சுக்கும் மேல புத்தகங்கள் வந்திருக்கு. ஆனா, பெரும்பாலான நிலம் கையவிட்டுப் போயிருச்சு. மிஞ்சியிருக்கறது 2 வேலி. அதுதான் ஜீவனம். 3 பசங்க இருக்காங்க. ஆனா, இன்னைக்கு உள்ள புள்ளைகளுக்கு விவசாயத்துல ஆர்வம் இல்லை. எங்க காலத்துக்குள்ளவே இதுவும் ரியல் எஸ்டேட்டுக்

குப் போயிருமோன்னு பயமாயிருக்கு. நாளுக்கு நாள் வாழ்க்கை தேஞ்சுக்கிட்டேதான் இருக்கு. இந்த வாழ்வியலை முன்வச்சு 'மிராசு'ன்னு ஒரு நாவல் எழுதிக்கிட்டிருக்கேன். என் வாழ்க்கையோட மொத்த செய்தியும் அதுல இருக்கும்.

40 வருஷம் எழுத்தும் இலக்கியமுமா வாழ்ந்திருக்கேன். ஏகப்பட்டதை இழந்திருக்கேன். 65 வயசுலயும் இடைவிடாம எழுதிக்கிட்டிருக்கேன். ஆனா இன்னமும் ஊருக்குள்ள என்னை எழுத்தாளனா யாருக்கும் தெரியாது. அதே குச்சிராயர்... அதே சின்னையா... அதே மைனர்... ஆனா ஜெயகாந்தனுக்கு, நாஞ்சில்நாடனுக்கு, கல்யாண்ஜிக்கு, எஸ்.ராமகிருஷ்ணனுக்கு, ஜெயமோகனுக்கு என்னையும், என் எழுத்தையும் தெரியும். அதுதான் என்னை எழுதத் தூண்டுது.

களையெடுத்து, கதிர் அறுத்து, கட்டுத் தூக்கி, இடுப்பொடிஞ்சு கிடக்கிற எங்கூரு மனிதர்களைக் கொண்டாடுறதுக்காகவே எழுதுறேன். எழுதுவேன். எங்க அய்யன் வச்சுட்டுப்போன 2 வேலி நிலம் மிச்சம் கெடக்கு. அதை இழந்தாலும் எழுதுறதை நிறுத்த மாட்டேன்..." – மென்ற வெற்றிலைக்குள் புகையிலையை அள்ளித் திணித்தபடி, மம்பட்டியை தூக்கிக்கொண்டு வயற்காட்டுப் பக்கம் கிளம்புகிறார் இந்த பேனாக்காரர்.

3

தாணு. பிச்சையா

உமிக்கருக்கின் தவிட்டு மணமும், சிரட்டைக் கரியின் துருவேறிய வாசமும், வெங்காரத் துருசின் கந்தக நாற்றமுமாய் கிடக்கும் அக்கச்சாலை தெருக்கள்தான் தாணு. பிச்சையாவின் கவிதைக்களம். மரபார்ந்த ஒரு பொற்கொல்லர் குடும்பத்தில் பிறந்த பிச்சையா, ஒரு பக்குவப்பட்ட தொழிலாளியாக தன்னை நிலைநிறுத்திக் கொள்ள முடியாத சோகத்தை பொற்கொல்லனின் மொழியில் கவிதையாக்குகிறார்.

ஒரேயொரு கவிதைத் தொகுதி ‘உறைமெழுகின் மஞ்சாடிப் பொன்’ அரவமே இல்லாமல் வந்து அத்தனை இலக்கிய விழிகளையும் விரிய வைத்திருக்கிறது. ‘அக்கச்சாலை’, ‘தாய்ப்பொன்’ என நாவல், சிறுகதைத் தளங்களுக்குள்ளும் பிச்சையாவின் எழுத்தாணி நர்த்தனமாடுகிறது. ‘ராஜமார்த்தாண்டன் விருது’, ‘கவிதை உறவு விருது’, தமிழ்நாடு கலை இலக்கியப் பெருமன்றத்தின் விருதுகளைக் குவித்து தனித்தன்மை வாய்ந்த படைப்பாளியாக நடையிடுகிறார் பிச்சையா.

சாரலும் தூறலுமாக ரசனையான தட்பவெப்பம் கொண்ட நாகர்கோவிலின் வடசேரி பகுதியில், பொற்கொல்ல உபகரணங்களும், புத்தகக்குவியலும் நிறைந்த பட்டறையின் உள்ளே உமி ஓடு ஊதிச் சிவந்த விழிகளோடு நம்மை வரவேற்கிறார் தாணு. பிச்சையா.

“அம்மாவழித் தாத்தா திருவிதாங்கூர் சமஸ்தானத்துல பொற் கொல்லரா இருந்தவர். அப்பாவும் பாரம்பரியமான பொற் கொல்லர். கோயில், பரத நாட்டிய நகைகள் செய்யறதுல புகழ் பெற்றவர். எங்க சமூகத்தில யாரையும் பெரிய படிப்பு படிக்க வைக்க மாட்டாங்க. கையெழுத்து போடவும், காசு பணம் எண் ணவும், கைப்பிடி அளவு கத்துக்கவும் மட்டும்தான் படிப்பு. நான் ஆறாவது படிக்கும்போது அப்பா காலமாகிட்டார். குடும்பத்தை வறுமை சூழ்ந்துக்குச்சு. படிப்பை நிறுத்திட்டு தொழில் கத்துக்க திருவனந்தபுரத்தில தாத்தா வீட்டுக்கு அனுப்பிட்டாங்க. பதினோரு வயசுலேயே பட்டறையில உக்காந்துட்டேன்.

ஓரளவுக்கு தொழிலோட அடிப்படை விஷயங்களை கத் துக்கிட்டு நாகர்கோவில் வந்து மீனாட்சிபுரத்தில ஒரு பட்டறை யில வேலைக்குச் சேந்தேன். நம்ம குணத்துக்கு யார்கிட்டயும் ஒத்துப்போக முடியாது. சுடுசொல் பொறுக்க மாட்டேன். வேலையை முழுசா கத்துக்கிறதுக்குள்ள 20 பட்டறைகள் மாறிட்

டேன். ஒருவழியா தட்டுத்தடுமாறி ஒரு பட்டறை ஆரம்பிச்சேன். புதுசா நகைப் பட்டறை திறக்கும்போது, தொழில் கத்துக் கொடுத்த குருநாதர் கொஞ்சம் பொன் னைக் கொண்டு வந்து உருக்கி, பட்டறைக் கட்டையில வச்சுத் தட்டி, தொழிலை ஆரம்பிச்சுத் தருவார். அதுக்கு 'தாய்ப் பொன்'னுன்னு பேரு. யாருகிட்டயும் ஒழுங்கா தங்கி முறைப்படி வேலை கத்துக்காததால எனக்கு தாய்ப்பொன்னு தரக்கூட ஆளில்லை..." - முகப்பூச்சில்லாத வார்த்தைகளில் சற்றே கவலை இழையோடுகிறது.

"எங்க அம்மா செல்வச்செழிப்பா வாழ்ந்தவங்க. நல்ல படிப்பாளி. சித்திகளும் நிறைய வாசிப்பாங்க. சாண்டில்யன், ஜெய காந்தன் நாவல்கள் எல்லாம் சின்ன வயசுலயே வாசிக்கப் பழகிட்டேன். ஆனா நிலையில்லாம அலைஞ்சு திரிஞ்சதால வாசிப்பு அடியோட விட்டுப்போயிருந்துச்சு. தனியா பட்டறை போட்ட பிறகு வாசிப்பு வேட்கையா மாறிடுச்சு. பட்டறைக்குப் போற வழியிலதான் கவிமணி தேசிய நூலகம். அதுக்குள்ள நுழைஞ்சா பட்டறையை மறந்துடுவேன். வைரமுத்து, வாலி கவிதைகள்ல பெரிய ஈர்ப்பு. அந்த ஈர்ப்பு என்னையும் எழுதத் தூண்டுச்சு.

எப்படி ஓர் ஆபரணத்தைப் பாத்த மாத்திரத்தில அதேமாதிரி செய்ய முடியாதோ, அதேமாதிரி ஒரு கவிதையை படிச்ச மாத்திரத்தில அதேமாதிரி எழுதமுடியாது. அதுக்குன்னு தனி தொழில் நுட்பம் இருக்கு. அதெல்லாம் அப்போ எனக்குப் புரியல. மொழியைக் கையாள்ற திறமைகூட வசப்படலே.. ஆனா, தமிழகத்தோட தேசியகவிங்கிற எண்ணம் தலைக்கேறிடுச்சு. இந்த தேடல்ல பட்டறையை விட்டுட்டேன். சொன்ன தேதிக்கு வேலையை முடிச்சுக் கொடுக்காததால நாணயம் கெட்டுப் போச்சு.

இதைப்பத்தி எல்லாம் எனக்குக் கவலை இல்லை. 'நமக்காக சென்னையில இயக்குனர்கள் காத்துக்கிட்டிருப்பாங்க... போன வுடனே நாலு பாட்டு எழுதிக் கொடுத்துட்டு வந்திருவோம்'னு நினைச்சுக்கிட்டு நண்பன்கிட்ட கடையை ஒப்படைச்சுட்டு சென்னைக்கு பஸ் ஏறிட்டேன். நண்பர்கள் எதார்த்தத்தைப் புரிய வச்சு ஒரு டீக்கடையில வேலைக்குச் சேத்துவிட்டாங்க. 'குந்தம் (சொக் கத்தங்கம்) புடிச்ச கையி... அதுல எச்சி கிளாஸ் கழுவுறதா'ன்னு ரோஷம் பொங்குச்சு. நாகர்கோவிலுக்கு திரும்பிட்டேன்.

வெ.நீலகண்டன்

நாணயம் கெட்டுப்போனதால தொடர்ந்து பட்டறையை நடத்த முடியல. வேறெங்கயும் வேலைக்குச் சேரவும் முடியல. வறுமையில குடும்பமே என்னை வெறுக்கிறதா நினைச்சேன். இந்த பிரச்னைக்கு எல்லாம் ஒரே வழி, துறவியா மாறுவதுதான்னு முடிவு பண்ணிட்டேன். ரெண்டு காவி வேட்டி வாங்குனேன். நேரா திருச்செந்தூர் போயி மொட்டையப் போட்டேன். கடல்ல குளிச்சிட்டு, போட்டிருந்த உடைகளை கழட்டி வீசிட்டு ஒரு காவி வேட்டியைக் கட்டினேன். வசந்தமண்டபம் பக்கத்துல வரிசையா துறவிகள் உக்காந்திருந்தாங்க. அவங்ககூட போய் உக்காந்திட்டேன். அப்போ எனக்கு 18 வயசு.

கோயிலுக்கு வந்துபோறவங்க கட்டுச்சோறு, காசெல்லாம் குடுத்தாங்க.. இரவு அங்கேயே படுத்துத் தூங்குனேன். மறுநாள் அங்கிருந்த சிலபேர், 'புது ஆட்களுக்கு இங்கே இடமில்லை'ன்னு அடிச்சு துரத்திட்டாங்க. நேரா சுசீந்திரம் காசி மடத்துக்கு வந் தேன். சாப்பாடு போட்டாங்க. பக்கத்துல இருந்த சுடுகாட்டுல படுத்துட்டேன். அடுத்து என்ன செய்யிறதுன்னு தெரியலே. வைராக்கியம் குறைஞ்சிடுச்சு. வீட்டுக்குக் கிளம்பிட்டேன். சுடச் சுட மீன் குழம்பு வச்சிருந்தாங்க. நல்லா சாப்பிட்டுட்டு படுத்துட் டேன்...” – சிரிக்கிறார் பிச்சையா.

“இனிமே நாகர்கோவில் வேண்டாம்னு முடிவு பண்ணி, சென் னையில இருந்த தாய்மாமா வீட்டுக்குக் குடும்பத்தோட கிளம்பிட் டோம். அவர் கோயில் நகைகள் செய்யிறார். 5 வருஷம் அவர்கூட இருந்து தொழிலைக் கத்துக்கிட்டேன். வாசிக்கவும் எழுதவும் நிறைய நேரம் கிடைச்சுச்சு. வாசிக்க வாசிக்க... எழுத்தோட தன் மையும் உள்ளடக்கமும் மாறுச்சு.

வேலை கத்துக்கிட்டதும் வடசேரிக்கே வந்து பட்டறை ஆரம் பிச்சேன். ஓரளவுக்கு சுதந்திரமாவும் நிம்மதியாவும் வாழ்க்கை நகரத் தொடங்கின பிறகு எழுத்தும் அது தொடர்பான தேடலும் விரிஞ்சுச்சு. கலை இலக்கியப் பெருமன்றத்தோட தொடர்பு கிடைச்ச பிறகு, எழுத்துல சமூக முக்கியத்துவத்தோட அவசியம் புரிஞ்சுச்சு.

சரித்திரத்திலும், இலக்கியத்திலும் மிகப்பெரும் அவமா னத்துக்கும், குற்றச்சாட்டுக்கும் உள்ளான என் சமூகத்தோட நியாயத்தை, அரசியல், மொழி, மகிழ்ச்சி, துக்கம், வறுமை, வாழ்க் கையை எனக்குப் பழக்கமான மொழியில் எழுதத் தொடங்குனேன். பயணம் தொடருது. நிறைய எழுத வேண்டியிருக்கு. தங்க விலை, வெள்ளி விலை ஏறிடுச்சு. முதலாளிகளும், வியாபாரிகளும் நல்லா யிருக்காங்க. தொழிலாளி வாழ்க்கை மட்டும் மாறவேயில்லை. 10

வயசுல பட்டறைக்குள்ள நுழையிற வாழ்க்கை அப்படியே முடிஞ்சி போயிடுது. வெளியில் வராத அந்த வேதனையை எழுதியாகணும்.

இப்போ திருமணமாயிடுச்சு. ஒரு குழந்தை, சுவேதாபாரதி. பெரிசா எந்த லட்சியமும் இல்லை. பொண்டாட்டி, பிள்ளைக்குச் சோறு போடணும்... எனக்கு ஒரு நாளைக்கு 6 டீ, 8 சிகரெட்... அதுபோதும்!"

– கழைக்கூத்தாடி கயிற்றில் நடக்கும் லாவகத்துடன் பொன்னை உருக்கி கம்பியாக இழைத்தபடி விடைகொடுக்கிறார் தாணு. பிச்சையா.

ஆசு

ஆசுவின் கவிதைகள் நவீனத்துக்கும், வெகுஜன இலக்கியத் துக்குமான ஊடாட்டம். விளிம்பு மனிதர்களின் குரலாக வெடிக்கும் அந்தக் கவிதைகளுக்கு 'எதிர்ப்பு' என்று பெயர் சூட் டலாம். வறட்டு அனுபவங்களாக இல்லாமல், பூடகமான அழகி யல் உள்ளடக்கங்களைக் கொண்ட ஆசுவின் படைப்புகள் ஏரா ளமான அங்கீகாரங்களைக் குவித்தவை. 'என்றொரு மௌனம்', 'யோசித்தவனின் வாழ்வுரை', 'ஈரவாடை', 'குரல்களைப் பொறுக்கிச் செல்கிறவன்', 'ஆறாவது பூதம்' ஆகிய கவிதைத் தொகுப்புகளும், 'அம்மாக்கள் வாழ்ந்த தெரு' என்ற சிறுகதைத் தொகுப்பும் ஆசு என்கிற ஆ.சுப்பிரமணியனின் அடையாளங்கள்.

"திண்டிவனம் பக்கத்துல முன்னூர்னு சின்ன கிராமம். வாழ் வாதாரம் இல்லாத குடும்பம். அப்பா ஆறுமுகம், விவசாயக் கூலி... வயலை வாரத்துக்கு எடுத்து சாகுபடி செய்வார். முதலீ டெல்லாம் நம்பளுது. வயலுக்கு மட்டும் வாடகை. 10 மூட்டை விளைஞ்சா, நிலத்துக்காரருக்கு 1 மூட்டை. இதுதான் 'வாரத்துக்கு எடுக்குறது'. அம்மா வெள்ளச்சிக்கு உலகம் தெரியாது. ரெண்டு தம்பிங்க. நடக்கப் பழகுறதுக்கு முன்னாடியே ரெண்டு பேரும் அடுத்தடுத்து இறந்துட்டாங்க. இந்தக் கவலையிலேயே அப்பாவுக்கு ஹார்ட் அட்டாக் வந்திருச்சு. ஆஸ்பத்திரி செலவுக்கு வழியில்லாம அப்பாவை பலி கொடுத்தோம். இருந்த ஜீவாதாரம் செத்துப்

போச்சு. நான் படிப்பை நிறுத்திட்டு கடலை ஆயிறது, கதிரறுக்கிறதுன்னு கிடைச்ச வேலைக்குப் போனேன். திடீர்னு ஒருநாளு அம்மாவும் போய்ச் சேந்திருச்சு...

முனுசாமின்னு ஒரு மாமா இருந்தாரு. கூத்துக் கட்டுறவரு... எங்கே கூத்துக்குப் போனாலும் என்னயவும் கூட்டிக்கிட்டுப் போவாரு. அர்ஜுனன் தபசு, பதினெட்டாம் போர், அரக்கு மாளிகைன்னு ஏகப்பட்ட கூத்துக்கள். ஒரு ஓரமா நின்னு பாப்பேன். நாமளும் ஆடமாட்டமான்னு தோணும். ஒரு நாளைக்காவது தனிச்சு கூத்துக் கட்டணும்ம்னு வெறியா வரும். வீட்டுக்கு வந்து நாட்டுப்புற மெட்டுல பாட்டுக் கட்டி ஆடிப் பாப்பேன்.

காலப்போக்குல கூத்தை விட கூத்துக்கு கட்டுற பாட்டுல மெய்மறந்து திரிஞ்சேன். நான் எழுதினதை கவிதைன்னு சிலபேர் சொன்னபோது, 'கவிதை எழுதத்தான் நான் பிறந்தேன்'னு கர்வமா சொல்லிக்கிட்டேன். எங்கூர்ல ஒரு நூலகம் திறந்தாங்க. தமிழ்வாணன்ல ஆரம்பிச்சு ஜெயகாந்தன் வரைக்கும் வாசிச்சேன். வேலை வெட்டிக்குப் போறது... மத்த நேரங்கள்ல நூலகம்... ராவானா கூத்துக்குப் போறது... இதுதான் வாழ்க்கை.

கட்டுப்படுத்தவோ, சுட்டிக்காட்டவோ ஆளில்லை... கடமைகளும் இல்லை... தனிக் காட்டு ராஜா மாதிரி! ஆனா வாழ்க்கை ரொம்ப சீக்கிரமே வெறுத்துப் போச்சு. யாருமற்ற வீட்டுக்குள்ள தனிச்சு படுக்க முடியலே. ஒருநாள் மூட்டை முடிச்சைக் கட்டிக்கிட்டு சென்னைக்கு பஸ் ஏறிட்டேன்''

– கழிந்த காலத்து சோகத்தை மீட்டுருவாக்கம் செய்கிறார் ஆசு.

"எப்பவுமே பசி எனக்குப் பிரச்னை இல்லை. கிராமத்துலயே வயிறு மரத்துப் போச்சு. அதனால சென்னை எனக்கு எந்தப் பிரச்னையும் ஏற்படுத்தலே. நாலைஞ்சு நாள் சுத்தித் திரிஞ்சுட்டு ஒரு கார்மெண்ட் கம்பெனியில வேலைக்குச் சேந்தேன். பனியன் மடிக்கிறது, துணியள்ளிப் போடுறதுன்னு சின்னச்சின்ன வேலைகள்தான். ராத்திரியானா, நிலாவையும் வானத்தையும் பாத்துக்கிட்டு பாட்டுக் கட்டுவேன். எல்லாப் பாட்டுமே வறுமையில தொடங்கி தனிமையில முடியும்.

இப்படியே கொஞ்ச நாள் ஓடுச்சு... என் இயல்புக்கு கார்மெண்ட் வேலை ஒத்துவரலே; சித்தாள் வேலைக்குப் போனேன். இன்னைக்குத்தான் கிரேன், பொக்லைன் எல்லாம். அப்போ மண்ணையும், செங்கல்லையும் தூக்கிக்கிட்டு ஏழெட்டு தளத்துக்கு ஏறி இறங்கணும். ஒடிஞ்சு விழுகிற மாதிரி உடல்வாகை வச்சுக்கிட்டு அதெல்லாம் முடியுமா..? ஒத்து வரல. ஒரு தள்ளுவண்டியை வாடகைக்கு எடுத்து பழம் யாவாரம் பாத்தேன். அதுலயும் நட்டப்பட்டு

VIJAY ENTERPRISES

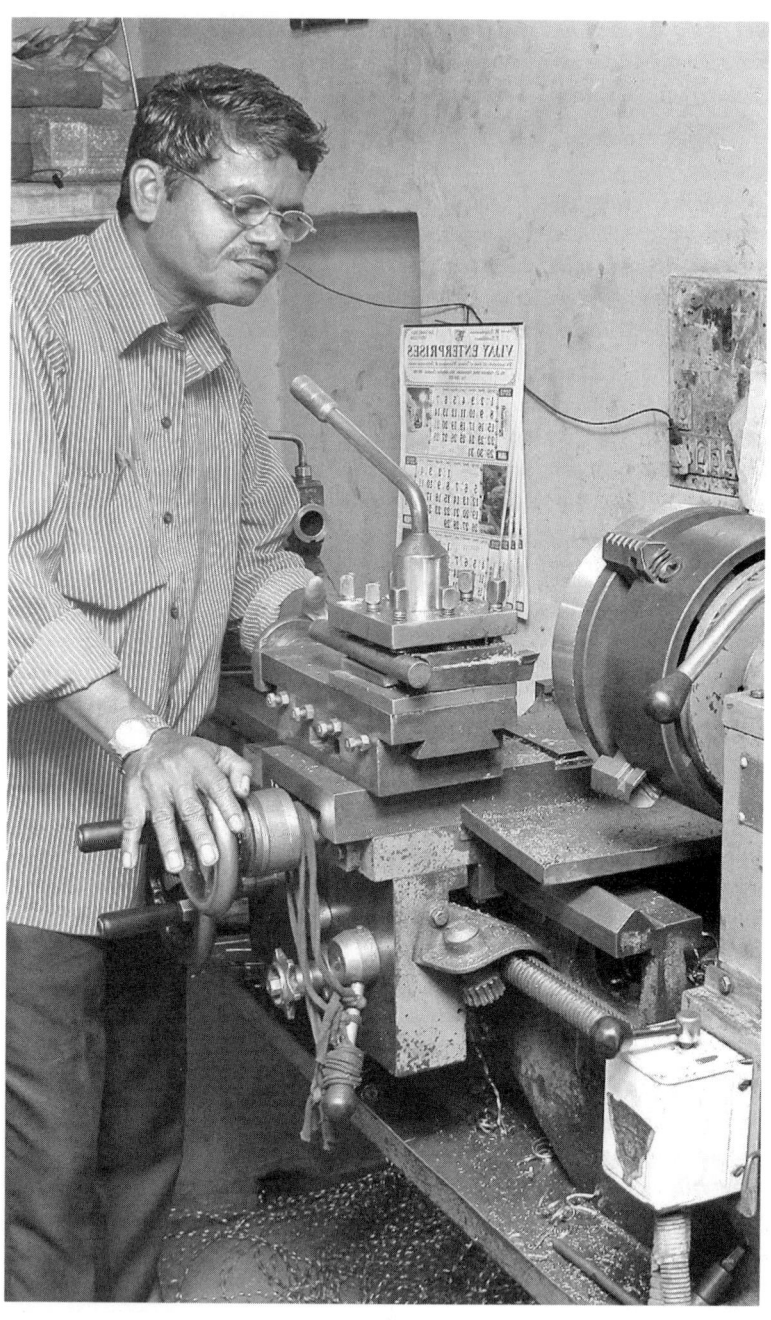

நின்னேன். என் பரிதாப நிலையைப் பாத்த ஒரு நண்பர், 'முதல்ல ஒழுங்கா ஒரு தொழிலைக் கத்துக்கோ... அப்பத்தான் உருப்புட லாம்'னு புத்தி சொன்னார். அவரே திருவல்லிக்கேணி பார்டர் தோட்டத்துல ஒரு லேத்துல வேலைக்குச் சேத்துவிட்டார். எனக்கு அந்த சூழ்நிலை புடிச்சிருந்துச்சு.

இயந்திரங்களோட அலறல், கவனம் பிசகினா கை, காலை சிதறடிக்கிற சாதனங்கள், இதெல்லாம் தாண்டி எப்பவும் ஒரு கன வுலகத்தில மிதப்பேன். உளியையும், சுத்தியலையும் கூட பேனாவா நினைச்சுப் புடிப்பேன். காயங்கள், அவமானங்கள், அடிகள்... எல் லாத்தையும் சகிச்சுக்கிட்டேன். மத்தவங்க மூணு வருஷத்தில கத் துக்கிற வேலையை நான் அஞ்சு வருஷம் கழிச்சு கத்துக்கிட்டேன்.

எங்கே இலக்கியக் கூட்டங்கள் நடந்தாலும் கிளம்பிருவேன். வாசிப்பு விரிவான பிறகு எழுத்துல ஓரளவுக்கு செறிவு வந்துச்சு. சிறு பத்திரிகைகளுக்கு எழுத ஆரம்பிச்சேன்.

கிண்டி தொழிற்பேட்டையில டர்னரா வேலைக்குச் சேந்தேன். கார், பஸ், ரயிலுக்குத் தேவையான உதிரிப்பாகங்கள் தயாரிக்கிற வேலை. இரும்புத்துண்டுகளை புஷ், போல்ட், நட்டுகளா கடைஞ்சு உருக்கொடுக்கணும். பொதுவான சில அளவீடுகள் இருக்கு. ஓரளவுக்கு நிலையான வருமானம் வரத் தொடங்கியபிறகு எழுத் துத் தேடல் தீவிரமாச்சு.

பழநிபாரதியோட நட்பு எனக்குப் பெரிய திருப்புமுனை. தாழ்வு மனப்பான்மையும், தோல்வியுணர்ச்சியும் மிகுந்து கிடந்த என் வாழ்க்கையில நம்பிக்கையை விதைச்சவர் அவர்தான். படைப்பின் தன்மை, படைப்புக்கும் சமூகத்துக்கு மான உறவு - இப்படி பல நுணுக்கங்களை பழநிபாரதிகிட்டே கத்துக்கிட்டேன். அவர் மூலமா அறிவுமதி அண்ணன் பட்டறை அறிமுகமாச்சு. அங்கே கோணங்கி, எஸ்.சண்முகம், சௌந்தர் அண்ணன், தஞ்சாவூர் தமிழ்ச்செல்வன்... இப்படி செழுமையான இலக்கிய நண்பர்களோட அறிமுகம் கிடைச்சுச்சு. வாழ்க்கையில

ஈடுபாடு வந்தபிறகு, நம்பிக்கையோட திருமணம் செஞ்சுக்கிட்டேன். கவிஞனா என்னை ரசிக்கிற மனைவி, அவ மூலமா கிடைச்ச மரியாதைக்குரிய புதிய உறவுகள்னு ஒரு வரைமுறைக்குள்ள வந்தபிறகு எல்லாமே நல்லவிதமா நடந்துச்சு. பிரம்மராஜனோட 'மீட்சி' அறிமுகமாச்சு. நவீன எழுத்து மேல நான் கட்டமைச்சு வச்சிருந்த பிம்பங்களை முற்போக்கு எழுத்தாளர் சங்கம் உடைச்சு நொறுக்குச்சு. படைப்பை அதிகாரத்துக்கு எதிரான ஆயுதமா பயன்படுத்துற நுட்பத்தை அங்கே கத்துக்கிட்டேன். நவீனத்தின் சாயலுள்ள, இருண்மையற்ற படைப்புகளை என்னோட அடையாளமா மாத்திக்கிட்டேன்.

இதுநாள் வரைக்கும் நான் உட்கொண்ட கசப்புகளே இன்னும் நிறைய இருக்கு. திட்டங்களை அடுக்கி வச்சிருக்கேன். இப்போ மாதம் பத்தாயிரம் சம்பாதிக்கிறேன். மூணு பிள்ளைகள் நல்லாப் படிக்கிறாங்க. என் அனுபவங்களின் நிழல் அவங்க மேல விழாமப் பாத்துக்கறேன்.

எங்காவது என்னைச் சந்திக்கிற ஊருக்காரங்க, 'சென்னைக்கு வந்து இவ்வளவு வருஷமாச்சு... என்னடா சம்பாதிச்சிருக்கே'ன்னு அக்கறையா விசாரிப்பாங்க. அடுத்த வேளை சாப்பாட்டுக்கு வழியில்லாம வந்த நான், இன்னைக்கு சொந்தமா ஒரு சைக்கிள் வாங்கியிருக்கேன். மூணு பிள்ளைகளையும் நல்லாப் படிக்க வச்சிருக்கேன். மாதாமாதம் சம்பளம் கிடைக்குது. இது எல்லாத்தையும் தாண்டி, பெரும் இலக்கியவாதிகளோட நட்பையும் அன்பையும் சம்பாதிச்சிருக்கேன். நாளைக்கு நான் இல்லாமப் போனாலும் என் பேரு சொல்ல என் எழுத்து இருக்கு... இதுக்கும் மேல, ஒரு சாமானிய மனுஷப்பய வேறென்ன சம்பாதிக்க முடியும்..?

தேனி சீருடையான்

"என்னோட எழுத்தும், வாழ்க்கையும் வேறில்லை. நான் நடக்க முயற்சி பண்ணி விழுந்தெழுந்த தெரு, பசி போக்க வழியில் லாம பறிச்சுத் தின்ன சனம்புக்கீரை, எங்க எல்லாரையும் கிணத் துல தள்ளிட்டு, அம்மா தற்கொலை செஞ்சுக்க முயற்சி பண்ணின கிணறு... இதைத் தவிர நான் எழுதுவதற்கு வேறெதுவும் இல்லை"

– தேனி நடையைக் காட்டிலும் சோகநடை ததும்புகிறது தேனி சீருடையானின் பேச்சில். நகரின் மையத்தில் ஒரு பழக்கடை. சிறிய துணி கொண்டு பழங்களைத் துடைத்தபடியே பேசுகிற சீருடையான், தமிழின் கவனிக்கத்தக்க நாவலாசிரியர், சிறுகதை எழுத்தாளர். 'ஆகவே', 'ஒரே வாசல்', 'விழுது', 'பயணம்', 'மான் மேயும் காடு' உள்ளிட்ட இவரது சிறுகதைத் தொகுப்புகள் அனைத் தும் விளிம்புநிலை மக்களின் வாழ்க்கையையும், வலிகளையும் அங் கத உணர்வோடு படம் பிடிக்கின்றன. 'நிறங்களின் உலகம்' நாவல், விழியற்ற ஒரு மனிதனின் வாழ்க்கைப்பாட்டை முன்னிறுத்தும் ஆகச்சிறந்த இலக்கியம். ஒரு தள்ளுவண்டி பழ வியாபாரியை முன் னிறுத்தி நகரும் 'கடை' நாவலும் பாராட்டைக் குவித்த படைப்பு. கருப்பையா என்கிற தேனி சீருடையானின் வாழ்க்கையில் மட்டு மின்றி வார்த்தைகளிலும் எளிமை இழையோடுகிறது.

"தேனிக்குப் பக்கத்தில அம்மாப்பட்டிதான் பூர்வீகம். அங்கே பிழைக்க வழியில்லாம எங்க அய்யா, தேனிக்கு வந்துட்டாரு. ஒரு

KINRA AGRO

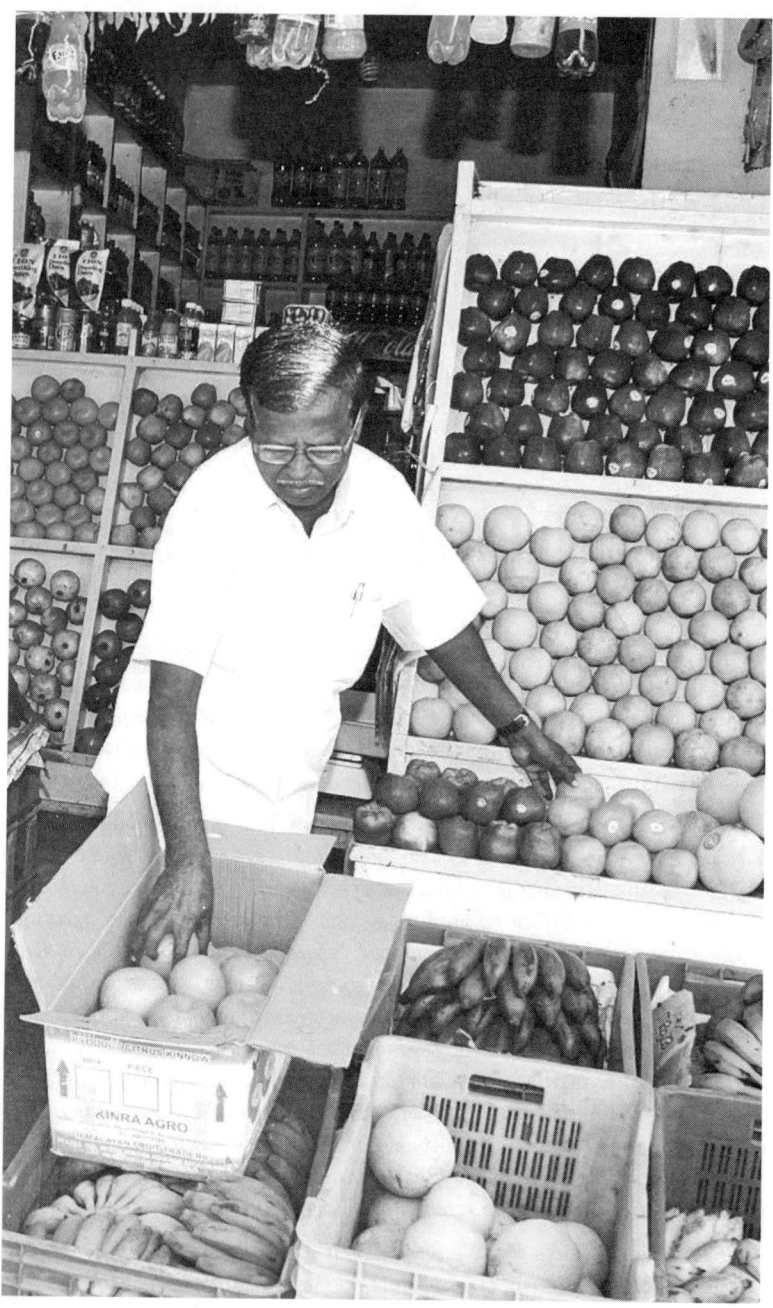

பொரி, கடலைக் கடையில வேலை செஞ்சாரு. கிடைக்கிற ஓரணா, ரெண்டனா கூலியை, குடிக்கும் கூத்தியாளுக்கும் கொடுத்துட்டு வெறுங்கையோட வருவாரு மனுஷன். இப்படியொரு லட்சணத் துல 6 புள்ளைக வேற. அம்மாவுக்கு ரணமான வாழ்க்கை. பசிக்கு அழுகிற புள்ளைகளப் பாப்பாளா... குடிச்சுட்டு சுத்துற புருஷனைப் பாப்பாளா.. தவிச்சுப் போவா அம்மா!

இப்போ நினைக்கும்போதும் மனசெல்லாம் இளகிப்போகுது. அந்தக்காலத்துல யாராவது என்கிட்ட, ‘உன்னோட கனவு என் னப்பா’ன்னு கேட்டிருந்தா, ‘நெல்லுச்சோறு திங்கிறது’ன்னு சொல் லியிருப்பேன். அப்படியொரு வறுமை. பெரும்பாலும் சோளக்களி. அதுவும் கிடைக்காத நாட்கள்ல காட்டுல கிடக்கிற சனம்புக் கீரையை கிள்ளியாந்து வேகவச்சித் தருவா அம்மா. அதையே சாப்பாடா தின்னுட்டு, வயித்தைப் புடிச்சுக்கிட்டு படுத்துருவோம். நெல்லுச்சோறு திங்கிற நாளு திருநாளு.

இந்த சூழ்நிலையிலயும் என்னைப் படிக்க வச்சுப் பாக்க நினைச் சுச்சு அம்மா. ரெண்டாப்பு படிக்கிற நேரம்... திடீர்னு கண்ணு மங் கலாத் தெரிஞ்சுச்சு. வாத்தியார் எழுதிப்போடுற எழுத்தெல்லாம் கொஞ்சம் கொஞ்சமா பின்னுக்குப் போயிருச்சு. தெருவில நடக் கிறப்போ தடுமாறத் தொடங்குனேன். ஒருநாள் விளக்கெண்ணெய் வாங்கப் போனபோது கரன்ட் கம்பத்துல மோதி சீசாவையும், மண்டையையும் உடைச்சுக்கிட்டு வந்து நின்னேன். அப்பத்தான் அம்மாவுக்குத் தெரிஞ்சுச்சு... எனக்குப் பார்வை பறிபோன விஷ யம்” – நமது அதிர்ச்சி முகபாவத்தை சிறிய புன்னகையோடு எளி தாகக் கடந்து செல்கிறார் சீருடையான்.

“ஆளுக்கொரு வைத்தியம் சொன்னாங்க. அத்தனையும் செஞ்சு பார்த்ததுல, இருந்த கண்ணும் வெந்து புண்ணாப் போச்சு. தலைச்சம் புள்ளைக்கு பார்வை பறிபோயிருச்சேன்னு அம்மா அழுத கண்ணீர் காயிறதுக்குள்ள தங்கச்சிக்கும் பார்வை பறி

வெ.நீலகண்டன் 31

போயிருச்சு. ஏன் இப்படியெல்லாம் நடக்குதுன்னு யாருக்கும் புரியல... குடும்பம் குலைஞ்சு போச்சு. படிப்பு விட்டுப்போச்சு. அடுத்து என்ன செய்யறதுன்னு தெரியாம, அம்மா பின்னாடியே திரிஞ்சேன்.

கணபதின்னு உறவுக்காரர் ஒருத்தர், பூந்தமல்லியில இருக்கிற பார்வையற்றோர் பள்ளிக்கூடம் பத்தி சொன்னார். நானும், தங்கையும் அங்க கிளம்பிட்டோம். நல்ல சாப்பாடு... நல்ல சூழ்நிலை... கனத்து காயம்பட்டுக் கிடந்த மனசுக்கு இதமா இருந்துச்சு.

ஆனா அம்மாவுக்கு கஷ்டம் குறையல. கவலைப்பட்டு, கவலைப்பட்டு அதோட உடம்பும் தளர்ந்து போச்சு. வேலை, வெட்டிக்குப் போக முடியலே. ரொம்ப சிரமப்பட்டா. வெளிநாடுகள்ல இருந்து ஸ்கூலுக்கு நிறைய பிரெய்ல் இதழ்கள் வரும். எல்லாம் கனம், கனமா இருக்கும். அதையெல்லாம் படிச்சுட்டு அம்மாவுக்கு அனுப்பி வைப்பேன். அதைக் கடையில போட்டு, கிடைக்கிற காசுல மத்த பிள்ளைகளோட பசியாத்துச்சு அம்மா.

நல்லாப் படிச்சேன். பிரெய்ல் மொழி கத்துக்கிட்ட பிறகு, படிப்பு தவிர வேறு செய்திகளையும் வாசிக்க ஆரம்பிச்சேன். வாசிக்க, வாசிக்க எழுதுற ஆசையும் வந்துச்சு. பிரெய்ல் மொழியிலேயே எழுத ஆரம்பிச்சேன். நான் எழுதினதைப் படிச்சுட்டு ஆசிரியர்கள் பாராட்டுனாங்க. பத்தாம் வகுப்புல ஸ்கூல்லயே முதலிடம் வந்தேன். ஆங்கிலத்தில மாநிலத்திலேயே முதலிடம். மேல படிக்க விருப்பமிருந்தும் வாய்ப்பு இல்ல.. கஷ்டப்படுற அம்மாவுக்கு ஏதாவது உதவி செஞ்சாகணும்னு ஊருக்குக் கிளம்பிட்டேன்.

உக்காந்தபடி செய்யிற வேலை ஏதாவது கிடைக்குமான்னு தேடுனேன்.. எல்லாருமே பரிகாசம் பண்ணி அனுப்பினாங்களே ஒழிய யாரும் வேலை தரல. நம்பிக்கையிழந்து தவிச்ச ஒரு தருணத்தில, தேனியில ஒரு இலவச கண் சிகிச்சை முகாம் நடந்துச்சு. தட்டுத் தடுமாறி தனியாவே நடந்து அங்க போயிட்டேன். 'ஆபரேஷன் பண்ணினா பார்வை கிடைக்க வழியிருக்கு'ன்னு சொல்லி தங்க வச்சுட்டாங்க. ஆபரேஷன் முடிஞ்சபிறகு பாதியளவுக்கு பார்வை திரும்பிருச்சு. இருட்டுதான் எதிர்காலம்னு திட்டவட்டமா நம்பினவனுக்கு திடீர்னு கொஞ்சம் வெளிச்சம் கிடைச்சா..? வாழ்க்கையில பிரகாசமான ஒரு பிடிப்பு வந்திருச்சு..." – சிரிக்கிறார் சீருடையான்.

"ஓரளவுக்கு பார்வை வந்தபிறகு தீவிரமா வேலை தேட ஆரம்பிச்சேன். படிச்ச படிப்புக்கு தலையாரி வேலையாவது வாங்கிடலாம்னு வேலைவாய்ப்பு அலுவலகத்துக்குப் போனேன். 'பார்வையில்லாத பள்ளிக்கூடத்துல படிச்சதை எல்லாம் பதிவு பண்ண

முடியாது. மெட்ராசுக்குப் போ'ன்னு அனுப்பிட்டாங்க. அங்க போனா, 'பார்வை இல்லாதவங்களுக்குத்தான் இங்கு பதிவு பண்ணுவோம். உனக்கு பார்வை வந்திருச்சு. இங்கே பதிவு பண்ண மாட்டோம்'னு சொல்லிட்டாங்க. 'போங்கடா நீங்களும் உங்க வேலையும்'னு சொல்லிட்டு எங்க அய்யா வழியில பொரி, கடலை யாவாரத்துல இறங்கிட்டேன். கையில கொஞ்சம் காசு சேந்த வுடனே இன்னொரு ஆபரேஷன் பண்ணி பார்வையை இன்னும் கொஞ்சம் தேத்திக்கிட்டேன். குடும்பத்துல ஓரளவுக்குக் கஷ்டம் குறைஞ்சுச்சு. பஜார்ல இந்தக் கடையைப் புடிச்சேன். சின்னதா இந்தப் பழக்கடை.

உள்ளுக்குள்ளே எழுத்து கிடந்து அறுத்துக்கிட்டே இருந்துச்சு.. முற்போக்கு எழுத்தாளர் சங்கத்தில ஐக்கியமான பிறகு திட்டவட்டமான எழுத்து கைவந்துச்சு. சிறுபத்திரிகைகளும் களமா இருந்துச்சு. ஏழைகளோட சீருடையே அழுக்குதான். 'எப்பவும் அழுக்கு தோஞ்ச உடையோட திரியிற ஒரு துயர மனிதன்'ங்கிறதுக்கு அடையாளமா 'சீருடையான்'னு பேரை வச்சுக்கிட்டு எழுத ஆரம்பிச்சேன். ஓரளவுக்கு நிறைவிருக்கு. கடைசியா வந்த 'நிறங்களின் உலகம்' நாவல், கிட்டத்தட்ட என் சுய சரிதை.

புள்ளைக தலையெடுத்த பிறகு வாழ்க்கை இன்னும் கொஞ்சம் வெளிச்சமாயிருக்கு. பழக்கடையை பிள்ளைகள் விரிவுபடுத்தி ஜூஸ் கடையும் போட்டிருக்காங்க. பேரன், பேத்திகளோட உலகத்துல இப்போ வாழ்ந்துக்கிட்டிருக்கேன். உச்சபட்ச இருட்டையும், அதிவெளிர் வெளிச்சத்தையும் ஒருசேர தரிச்சிச்சவன் நான். சொல்ல இன்னும் நிறைய கதைகள் இருக்கு. எல்லாக் கதைகளும் வாழ்ந்து அனுபவிச்ச கதைகள்; அதனால என் காலத்துக்குப் பிறகும் அவை வாழும்ங்கிற நம்பிக்கை இருக்கு!"

– துண்டை உதறித் தோளில் போட்டுக்கொண்டு, தூசி படிந்த பழங்களைத் துடைக்கிறார் தேனி சீருடையான். பழங்கள், பளீரென ஒளிர்கின்றன.

வெ.நீலகண்டன்

நா.விச்வநாதன்

இயற்கைக்கும் மனிதனுக்குமான பந்தம், சமூக ஒடுக்குமுறைகள், விளிம்புநிலை மக்களின் வாழ்க்கை, மனித நகர்வுகள் எதிர்கொள்ளும் சிக்கல்கள்... இவ்விதமான வாழ்வின் காட்சிகளை இயல்பு குலையாமல் நவீன மொழியில் மொழிபெயர்க்கின்றன நா.விச்வநாதனின் படைப்புகள்.

'சுதந்திரம்', 'வெட்கம் தொலைத்தது', 'முள்ளில் அமரும் பனித்துளி', 'யானையின் நிழல்' ஆகிய கவிதை நூல்களும், 'பாட்டிகளின் ஸ்னேகிதம்', 'நிரம்பித் ததும்பும் மௌனம்', 'ஜன்னலோர இருக்கை', 'அனல் முற்றம்' ஆகிய சிறுகதைத் தொகுப்புகளும் விச்வநாதனை இலக்கிய உலகில் முதன்மைப் படுத்திய படைப்புகள். தமிழக அரசின் சிறந்த நூலுக்கான விருது, தாராபாரதி இலக்கிய அறக் கட்டளை விருது, இலக்கியச் சிந்தனை விருது உள்பட பல்வேறு அங்கீகாரங்களைப் பெற்றவர். சாகித்ய அகாடமி மொழிபெயர்த்த தமிழின் சிறந்த ஆளுமைகள் வரிசையில், இவரின் கதை, கவிதைகளும் இடம்பெற்று பல மொழிகளைச் சுற்றுகின்றன.

தஞ்சையை அடுத்திருக்கும் அரசூரில், அமைதி புரளும் முருகன் கோயிலின் வௌவால் அண்டிய மண்டபத்துள், விச்வநாதன் எழுப்பும் மந்திர மொழி அழுத்தமாகவும் ஆவேசமாகவும் எதிரொலிக்கிறது. துண்டை இழுத்துப் போர்த்தியவாறு அர்த்த மண்டபத்தில் அமர்ந்து தமிழ் குலையாமல் பேசுகிறார்.

"அப்பா நாராயணசாமி பெரிய மிராசுதார். அதுமட்டுமில்லாம, அரசூர் சிவன் கோயில் குருக்களாவும் இருந்தார். என்னைத்தவிர என்னோட சகோதர, சகோதரிகள் அத்தனை பேரும் ஆசிரியர்கள். என்னையும் ஆசிரியராக்கிப்பாக்க அப்பா விரும்பினார். உமையாள்புரம் அரசுப் பள்ளியில படிச்சப்போ ஏகாம்பரம்னு எங்க தாய்மாமா தமிழாசிரியரா இருந்தார். அவர்தான் என்னை ஒரு படைப்பாளியா வடிவமைச்சவர். அவர்கூடவே இருந்ததால சின்ன வயசுலயே வாசிப்பு ஒட்டிக்கிச்சு. எல்லா தரப்பு இலக்கியங்களையும் வாசிக்கத் தருவார். எழுதவும் பயிற்சிகள் கொடுத்தார். பூண்டி கல்லூரியில எம்.ஏ படிச்சேன். ஆசிரியர் தொழில்ல எனக்கு நாட்டம் வரல. ஒரேமாதிரியான வாழ்க்கை... நேரத்தை முழுமையா திங்கிற தொழில்...

அஞ்சல் துறையில போஸ்ட் மாஸ்டர் வேலை கிடைச்சுச்சு. மனநிறைவோட சேந்துட்டேன். தஞ்சாவூர் தலைமை அஞ்சலகத்தில வேலை. கூட்டல், கழித்தல் கணக்குகளைத் தாண்டி பல சுவாரஸ்யங்கள் அந்த வேலையில இருந்துச்சு. விதவிதமான மனிதர்களை சந்திக்கலாம். ஒவ்வொருத்தர்கிட்டயும் ஒரு வாழ்க்கை இருக்கும். அந்த வாழ்க்கையில பல கதைகள் ஒட்டிக்கிட்டிருக்கும். அதையெல்லாம் உள்வாங்கி சேமிச்சு வச்சுக்குவேன். நிறைய வாசிக்கவும், எழுதவும் நேரம் கிடைச்சுச்சு. தஞ்சை வட்டாரத்தில வாழ்ந்த கரிச்சான்குஞ்சு, தி.ஜா., க.நா.சு., எம்.வி.வி., வல்லிக்கண்ணன் மாதிரி மணிக்கொடி படைப்பாளிகளோட தொடர்பு கிடைச்சுச்சு. அவங்க உறவு, எழுத்தை வீரியமாக்குச்சு.

உரைநடையை விட கவிதைதான் என்னை முதல்ல ஆட்கொண்டது. ஆவேசமும், புறக்கணிப்பின் வலியுமே படைப்போட ஆதாரமா இருந்துச்சு. எழுதுனா தீர்வு கிடைச்சிடும்னு நம்புன பருவம் அது. நான் சந்தித்த எளிய மனிதர்களின் வாழ்க்கையை களமா வச்சு சிறுகதைகளையும் எழுத ஆரம்பிச்சேன்.

35 வருஷம் அஞ்சல்துறைப் பணி... பொருளாதார நெருக்கடி இல்லாம வாழ்க்கையை நகர்த்தவும், எண்ணம் குலையாம எழுதவும், வாசிப்பை மேம்படுத்தவும் களம் அமைச்சுக் கொடுத்த பணி. இந்த வேலை கிடைக்காம இருந்திருந்தா, என் வாழ்க்கை ஒரு பணய வாழ்க்கையாத்தான் இருந்திருக்கும். பிள்ளைகள் செட்டில் ஆனபிறகு, 'இனியாவது சுதந்திரமா எழுதலாமே'ன்னு தோணுச்சு. ஓய்வுக்கு முன்னாடியே விருப்ப ஓய்வு கொடுத்திட்டு வீட்டுக்கு வந்துட்டேன்..." – உற்சாகமாகப் பேசுகிறார் விச்வநாதன்.

ஓய்வுக்குப் பிறகு தன் வீட்டுக்கருகில் உள்ள முருகன் கோயில் குருக்களாக இருக்கிறார் விச்வநாதன். பழமை ததும்பும் கோயிலின்

ஸ்ரீ ஆனந்தவல்லிஅம்மன்
ன்னதி

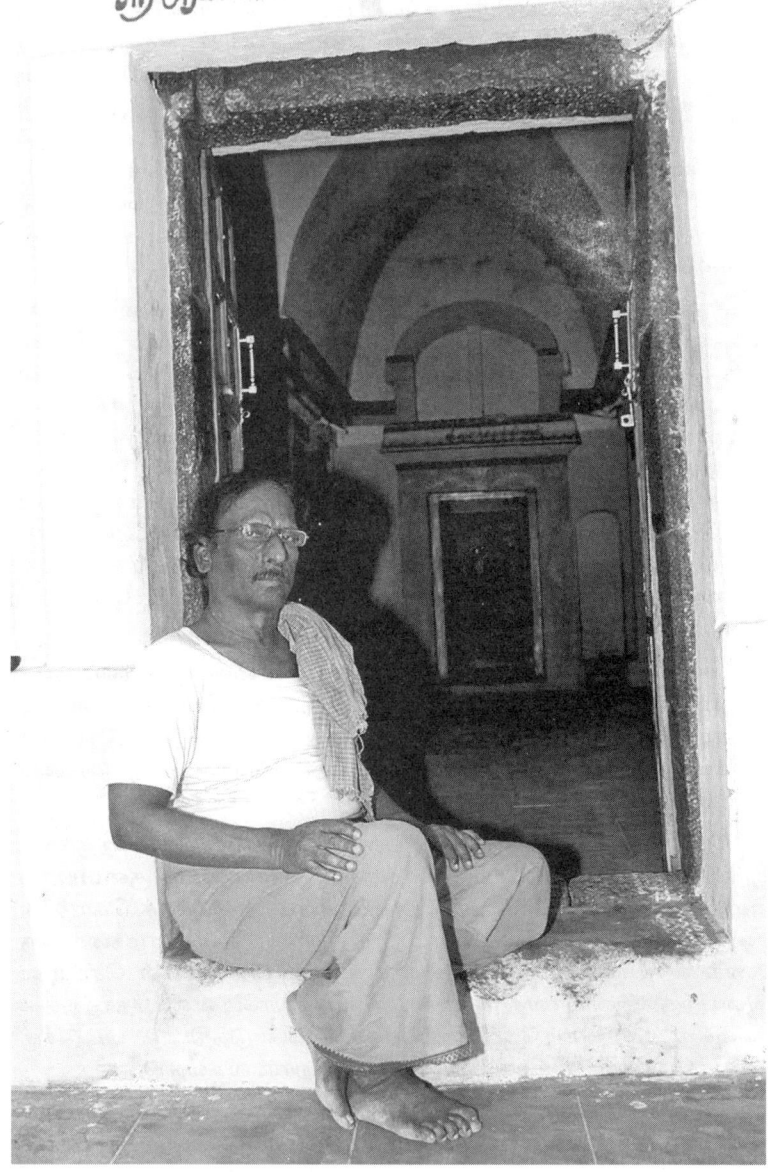

வெளிப்புறத்தில் படர்ந்து கிடக்கிறது அற்புத நந்தவனம். அந்தச் சூழலே கவிதையாக விரிகிறது.

"கழுத்தை நெரிக்கிற வேலைகள் ஏதுமில்லை. எழுத்து... எழுத்து போக கோயில். இந்தக் கோயில் எங்க குடும்பத்துக்குப் பாத்தியப் பட்டது. 300 வருஷம் பழமையானது. பொய்யாமொழிப் புலவர் பாடிய தலம். பல குடும்பங்களுக்கு இதுதான் குலதெய்வம். சித்தி ரையில இருந்து ஆடி வரைக்கும் நாலு மாசம் என்னோட நிர்வா கத்துல வரும். காலையில 1 மணி நேரம்... சாயங்காலம் 2 மணி நேரம்... இங்கே வந்தாலே மனசுல அமைதியும், அன்பும் ததும்பி நிக்கும். அப்படியே இந்த பழமையில கலந்திருவேன். தமிழ்வழி வழிபாடுதான். இறைவனுக்கும் பக்தனுக்கும் இடையில மொழி யால சுவர் கட்டுறதுல எனக்கு உடன்பாடில்லை. என் சாமியை என் மொழியாலதான் வணங்கணும். சின்ன வயசுல எங்க தாத்தா பக்கத்துல உக்கார வச்சு அர்ச்சனை செய்யிற ஆசாரத்தைக் கத் துக் கொடுத்திருக்கார்" என்கிறார் விச்வநாதன். கோயிலில் மாதா மாதம் இலக்கியக் கூட்டங்களையும் நடத்துகிறார். 30க்கும் மேற் பட்ட ஆர்வலர்கள் கூட்டத்தில் பங்கேற்கிறார்கள்.

இவரின் படைப்புகளில் ஆதி சைவர்களுக்கும், பிராமணர்களுக் குமான உறவு ஊடாட்டம் ஆதிக்கம் செலுத்துகிறது. அதுபற்றிக் கேட்டால் விரக்தி தொனிக்கிறது விச்வநாதனின் குரலில்.

"பிராமணர் சமூகத்தை நோக்கி வீசப்படுற விமர்சனங்கள் எல்லாம், கண்ணுக்கு எதிரில் தென்படுகிற குருக்கள் மீதுதான் விழுது. உண்மையில, குருக்களுக்கும் பிராமண சமூகத்துக்கும் எந்தத் தொடர்பும் இல்லை. குருக்கள், அக்ரஹாரத்து தலித்துகள். இவங்க குரல் எங்கேயும் ஒலிக்காது. எதிலயும் இவங்களுக்குப் பிர திநிதித்துவம் இல்லை. அக்ரஹாரத்துல, தெய்வீகப்பணி செய்யிற குருக்களுக்கு வீடுகூட தரமாட்டாங்க. கொள்வினை, மணவினை வச்சுக்க மாட்டாங்க. சாப்பாடுகள்ல கூட ரெண்டாம் பந்தி, மூணாம் பந்திதான் குருக்களுக்கு. பல விதங்கள்ல இழிவுபடுத்தப் படுறாங்க. கோயில் உபயோகத்துக்கு எண்ணெய் கொடுக்கிறப்போ,

கரப்பான்பூச்சியை நசுக்கி போட்டுக் கொடுக்கிற வழக்கமெல்லாம் இருந்திருக்கு. குருக்கள் அதை தன் வீட்டுக்கு உபயோகப்படுத்தாம தடுக்கவாம்.

குருக்கள் சமூகத்துப் பெண்கள் நிறைய படிக்கிறாங்க. ஆனா, ஆண்கள் சிறு வயசுலயே படிப்பை நிறுத்திட்டு கோயிலுக்குப் போயிடுறாங்க. படித்த பெண்கள், தங்களுக்கு இணையான கணவனைத் தேடுறாங்க. அதனால பல ஆண்கள் பெண் கிடைக்காம பிரம்மச்சாரியாவே வாழ நேருது. இப்படி பண்பாட்டுச் சிக்கல்களும் நிறைய இருக்கு. பிற சமூகங்களோட விமர்சனத்துக்கும், பிராமணர்களோட புறக்கணிப்புக்கும் உள்ளாகி வாழ்க்கை நடத்துற குருக்கள் சமூகம் பத்தி நிறைய எழுத வேண்டியிருக்கு. எங்களை மாதிரியே விளிம்புல தவிக்கிற சவுண்டி பிராமணன், பிணந்தூக்கி பிராமணன் போன்றவங்களும் என் கதைகள்ல உலவுவாங்க. இதுதவிர இயற்கைக்கும் மனிதனுக்குமான உறவுச்சிக்கல் பத்தியும் நான் பதிவு செய்ய விரும்புவேன்...” என்கிற விச்வநாதன், *1700* முதல் *300* ஆண்டுகாலம் தஞ்சையை நிர்வகித்த மராட்டியர்களின் அழகும், கோரமும் நிறைந்த வாழ்க்கையை முழுமையாகப் பதிவுசெய்யும் வகையில் ஒரு நாவல் எழுதி வருகிறார். அதிகம் பேசப்படாத தஞ்சையின் வரலாற்று நாவலாகவும், தமிழின் முக்கிய ஆவணமாகவும் அது இருக்கும் என்பதற்கு இது வரையிலான விச்வநாதனின் படைப்பிலக்கியங்களே சான்று.

குகை மா.புகழேந்தி

வெண்மையும் கறுப்பும் தோய்ந்த மாலைநேர மழை வானத்தின் தூவல் ஓவியங்களாக மனதில் உலவக்கூடியவை குகை மா.புகழேந்தியின் கவிதைகள். வெறுமை அடர்ந்த வாழ்க்கையின் மையப்புள்ளியிலிருந்து விரிந்து கசப்புகளையும், இனிப்புகளையும் கலந்து படைக்கும் அவரது மொழி, நிறங்களின் அடர்த்தியால் கனம் கூடுகிறது.

'வானம் என் அலமாரி', 'பிரியங்களின் குப்பைத்தொட்டி', 'பறவைகள் அலைகிற உயரம்', 'பூக்களாய் உதிரும் எறும்புகள்', 'மயிலிறகு பூத்த கனவுகள்', 'கடைசியாய் பூமிக்கு வந்தேன்', 'உனக்கும் எனக்கும் ஒரே மரணம்' என தொகுப்புகள்... திரைப்படம், இலக்கியம் என இரு துறைகளிலும் தடம்பதிக்க முனைகிற இந்தக் கவிஞனுக்கு சமூகம் இட்ட அடையாளம், 'பெயின்டர்'. பேனாவும், பிரஷ்ஷுமாக சென்னை நகரத்தில் வாழ்க்கையைக் கடத்தும் புகழேந்திக்கு பூர்வீகம் சேலம், குகை.

"அப்பாவுக்கு ரெண்டு தாரம்... அக்கா, தங்கச்சி ரெண்டு பேரையும் கட்டிக்கிட்டாரு. ரெண்டு பேருக்கும் மொத்தம் 7 பிள்ளைங்க. கூட்டுக் குடித்தனம். சின்னம்மா, பெரிய அம்மான்னெல்லாம் பேதம் பிரிச்சுப் பாக்குறதில்ல. ரெண்டும் அம்மாதான். அப்படி ஒரு அன்பு... ரெண்டு அம்மா கிடைக்கிறது வரம்தானே..?

அப்பா மாணிக்கம் தீவிரமான எம்ஜிஆர் ரசிகர். எம்ஜிஆர் இறந்தப்போ, தற்கொலைக்கு முயற்சி பண்ணி கடைசிநேரத்துல காப்பாத்தினோம். அவரால குடும்பத்துக்கு பொருளாதார லாபம் இல்லை. ஆனா அவரோட கண்டிப்பும், மனிதநேயமும், அர்ப்ப ணிப்பும், முரட்டுத்தனமா அன்பு பாராட்டுற விதமும் எனக்குப் புடிக்கும். வறுமைன்னு ஒத்தைச் சொல்லால எல்லாம் எங்க குடும்ப நிலையை உணர்த்த முடியாது. அப்படியொரு கஷ்டம்... ரெண்டு அம்மாவும் சேந்து வீட்லயே ஒரு சிற்றுண்டிக் கடை நடத் தினாங்க. ஆனா, ஒரு ஊரளவுக்கு வீட்லயே ஆட்கள் இருந்ததால, சமைக்கிறதுக்கும் சாப்பிடுறதுக்கும்தான் சரியா இருந்துச்சு...” – வார்த்தைகளைவிட சிரிப்பு முந்துகிறது புகழேந்திக்கு.

“தையல் பிரிஞ்ச டிரவுசர், கை கிழிஞ்ச சட்டையோட ஏக்க மான ஒரு முகம். இப்பவும் சித்திரமா வந்து நிக்கிற என் பால்ய அடையாளம் இதுதான். படிப்பு மேல இருந்த ஆர்வத்தைவிட பாட்டு மேல பிடிப்பு இருந்துச்சு. வீட்ல ரேடியோவுக்கெல்லாம் வழியில்லை. பள்ளிக்கூடம் போறேன்னு பையைத் தூக்கிக்கிட்டு, ஸ்பீக்கர் வச்சுப் பாட்டு போடுற கடைக்கு முன்னாடி போய் நின்னுடுவேன். பாட்டுல அப்படியொரு மயக்கம். என் புத்தகப் பையைத் துழாவுனா, பாடப்புத்தகம் இருக்கோ இல்லையோ... பாட்டுப்புத்தகம் கத்தை கத்தையா இருக்கும். கேக்குற பாட்டுக்கு நானே புதுசா வார்த்தைகள் போட்டு மெட்டுக் கட்டுவேன். பாட் டைக் கேக்குற பசங்க, நான் எழுதுறதுக்கு ‘கவிதை’ன்னு பேரு வச்சாங்க. அதையெல்லாம் கேட்கக் கேட்க, நாமும் சினிமாவில

பாட்டு எழுதத்தான் பொறந்திருக்கோம்னு முடிவு செஞ்சுட்டேன். எனக்குத்தான் 'கவிதை' எழுதத் தெரியுமே..!

7ம் வகுப்பு கோடை விடுமுறை சமயம்... 'கலர்லேண்ட்'னு ஒரு ஆர்ட்டிஸ்ட்கிட்ட என்னை வேலைக்குச் சேத்துவிட்டாரு அப்பா. சுவர், விளம்பர தட்டிகள் எழுதுற வேலை. கோடு கோடா போட்டுக் கொடுத்திருவாங்க. அதுக்குள்ள பெயின்ட் அடிக்கணும். இயல்பாவே எனக்கு ஓவியம் வரைய வரும். அதனால அந்த வேலை ரொம்பப் பிடிச்சுப் போச்சு. 9ம் வகுப்பு படிக்கிற வரைக்கும் லீவு விடும்போதெல்லாம் அந்தக் கடைக்குப் போயிருவேன். அப்போ எனக்குத் தெரியாது... அந்தத் தொழில்தான் சென்னை வரைக்கும் வந்து என்னை கரை சேக்கப்போகுதுன்னு..." – மீசைக்குள்ளாக சிரிக்கிறார் புகழேந்தி.

"10ம் வகுப்புக்கு மேல படிக்கப் பிடிக்கலே. எங்க சிற்றுண்டி நிலையத்தில பரோட்டா போட்டேன். ஊர், ஊராப் போய் முருங்கைக்காய் வித்தேன். லாட்டரிச் சீட்டு வித்தேன்... அன்றைய பொழுதுக்கு ஆச்சே தவிர, திட்டமிட்டு எதையும் சேமிக்க முடியலே. எதிர்காலத்துக்கு என்ன செய்யறதுன்னு புரியலே. உள்ளுக்குள்ள சினிமாக்கனவு வேற முளைச்சுக்கிட்டே இருக்கு. எல்லாத்தையும் ஒதுக்கி வச்சுட்டு ஒருநாள் சென்னைக்குக் கிளம்பிட்டேன்.

அக்கா கணவர் ஒரு பிளைவுட் கடையில வேலை செஞ்சார். அவரைப் போய் பாத்தேன். 'சினிமாவெல்லாம் கிடக்கட்டும்... முதல்ல சாப்பாட்டுக்கு ஒரு வேலையைத் தேடிக்கோ'ன்னு சொல்லி ராயப்பேட்டையில இருந்த ஒரு பெயின்ட் கடையில வேலைக்குச் சேத்துவிட்டார். 400 ரூபா சம்பளம். 300 ரூபா சாப்பாட்டுக்கும், ரூமுக்கும் புடிச்சுக்குவாங்க. 100 ரூபா கையில...

டிரைசைக்கிள்ல குடோன்ல இருந்து கடைக்கும், கடையில இருந்து குடோனுக்கும் சரக்கு எடுத்துட்டுப் போகணும். வீடுகள்ல டெலிவரி கொடுக்கணும். சிமென்ட், சுண்ணாம்பு மூட்டை லோடு வந்தா தூக்கி, இறக்கணும்... காலையில 8 மணிக்குப் போனா சாயங்காலம் 6 மணிக்குத்தான் வெளியில வரமுடியும்.

நான் காலை 5 மணிக்கெல்லாம் குளிச்சுட்டு கிளம்பிருவேன். அட்ரஸ் டைரியையும், கவிதை நோட்டையும் எடுத்துக்குவேன். ஏதாவது டைரக்டர் வீட்டு வாசல்ல நிப்பேன். சில பேர் கூப்பிட்டு உக்கார வச்சு புத்தி சொல்லி அனுப்புவாங்க. சில பேர் வாட்ச்மேன்கிட்ட கண்ணக் காட்டிட்டு போயிடுவாங்க. வாட்ச்மேன் அன்பா சொல்லும்போதே கிளம்பிடணும்.

வந்து ஆறேழு மாசத்துல சினிமாவைப் பத்தி ஓரளவுக்கு தெரிஞ்சுக்கிட்டேன். இருந்தாலும் தேடல் நிற்கலே... எப்படியும்

ஒரு படத்துக்காவது பாட்டு எழுதிடணும். பெயின்ட் கடையில நிறைய எழுதவும், வாசிக்கவும் நேரம் கிடைச்சுச்சு. பேனா நண்பர்கள் கிடைச்சாங்க. அவங்க மூலமா நிறைய தொடர்புகள் கிடைச்சுச்சு.

இப்படியே 10 வருஷம் ஓடுச்சு... பெயின்ட் கடையில உழைப்பைப் புழிஞ்ச அளவுக்கு கூலி கொடுக்கத் தயாரா இல்லை. வாழ்க்கையில எந்த மாற்றமும் இல்லை. வேலையை உதறிட்டு சினிமா வாய்ப்புத் தேடுறதை முழு நேரமா செய்யத் தொடங்கிட்டேன். இளையகம்பன், விவேகா எல்லோரும் அப்போ வாய்ப்புத் தேடிக்கிட்டிருந்தாங்க. அவங்க வழிகாட்டுதலோட, கையில இருந்த காசை வச்சு கவிதைகளை தொகுப்பா கொண்டு வந்தேன். அதைக் கையில வச்சுக்கிட்டு இயக்குனர்கள், இசையமைப்பாளர்களைப் போய்ப் பாத்தேன்.

ஆனா, ஒரு மாசத்துலயே பழைய நிலை திரும்பிடுச்சு. சாப்பாடு, டீயா குறைஞ்சிடுச்சு... ஒரு கட்டத்துல அதுக்கும் வழியில்லை. இனிமே சினிமாவை நம்பி ஜீவிக்க முடியாதுன்னு தெரிஞ்சு போச்சு... திரும்பவும் ஒரு சுண்ணாம்புக் கடை குடோன்ல வேலைக்குச் சேந்தேன். மூட்டை இறக்குற வேலை.

அப்போதான் ஒரு ஞானோதயம் வந்துச்சு. இன்னொருத்தர் சொல்ற வேலையைச் செய்யாம, நாமளே ஆர்டர் எடுத்துச் செஞ்சா என்னன்னு தோணுச்சு. தெரிஞ்ச ஆட்களை வச்சுப் பேசி ஒரு பேங்குக்கு பெயின்ட் அடிக்க ஆர்டர் எடுத்தேன். கூட நாலு பேரை சேத்துக்கிட்டேன். ஓரளவுக்கு கையில கொஞ்சம் லாபம் நின்னுச்சு. பேங்க் மூலமா மேலும் சில ஆர்டர்கள் கிடைச்சுச்சு. கிடைச்ச லாபத்தை முதலீடா வச்சு தொழிலை விரிவுபடுத்திக் கிட்டேன்.

ஒரு கவிஞனா அடையாளம் தேடிவந்த எனக்கு பெயின்டரா ஒரு கூடுதல் அடையாளமும் கிடைச்சிருக்கு. மாசத்துக்கு ஒண்ணு அல்லது ரெண்டு ஆர்டர் மட்டும்தான் எடுப்பேன். வேலையை ரசனையா செய்வேன். மத்தவங்களை விட சதுரத்துக்கு 2 ரூபா கம்மியாத்தான் விலை பேசுவேன். கேக்குறதை விட தரமான பெயின்ட்டுகளா வாங்கி அடிப்பேன். எல்லாம் முடிஞ்சு வெளியில வர்றப்போ கையில ஒரு கவிதைத் தொகுப்பைக் கொடுத்து, ‘நான் ஒரு கவிஞருங்க... சினிமாவுக்கெல்லாம் பாட்டு எழுதியிருக்கேன்’னு சொல்லிட்டு சந்தோஷமா வருவேன்.

இந்த தொழில்தான் திருமணம் செஞ்சுக்கிற தைரியத்தை கொடுத்துச்சு. மனைவி பேரு செல்வி. ரெண்டு குழந்தைங்க... ரம்யநிலா, ரவிவர்மன். பொருளாதார ரீதியா ஓரளவுக்குத் தன்

ணிறைவு அடைஞ்சாச்சு. சினிமா வாய்ப்புகளும் இப்போ நிறைய வருது. கண்ணதாசன் மாதிரியோ, வைரமுத்து மாதிரியோ பெரிய பாடலாசிரியராகணும்னு எனக்கு ஆசை இல்லை. அறிவுமதி அண்ணன் மாதிரி ஒண்ணு, ரெண்டு எழுதினாலும் நின்னு பேசுறது மாதிரி எழுதணும்.

சென்னையையும், என்னையும் களமா வச்சு ஒரு இலக்கியம் செய்யணும். எந்தப் பின்புலமும் இல்லாம மனசு முழுக்கக் கனவுகளோட சென்னைக்கு வந்து களமும், சுயமும் மாறி குழப்பம் சூழ வாழ்ந்துக்கிட்டிருக்கிற ஒரு சாதாரண மனுஷனோட வாழ்க்கையை ரத்தமும், சதையுமா பதிவு பண்ணணும்...”

– புகழேந்தியின் கனவுகள் விரிகின்றன. மாலை நேரத்து வானம் லேசாக நீலம் போர்த்திக் கொண்டிருக்கிறது.

பாரி கபிலன்

நகரத்து நசநசப்புகளில் சிக்கி விடுபட இயலாமல் தவிக்கும் கிராமத்துக் கவிதை மனம் பாரிகபிலனுடையது. சகதி மணக்கும் வயக்காடு, ஆலமரத்தூளியில் உறங்கும் குழந்தைக்காக அம்மாக்கள் பாடும் தாலாட்டு, களையெடுக்கும் ஈரத்தோடு பாடும் ஆலோலம், மண்வெட்டியும் கலப்பையுமாக உலாவரும் கோவண தாத்தாக்களின் வாழ்க்கைப்பாடு என பாரிகபிலனின் பாடுபொருட்கள், வாசகனை கிராமத்து முச்சந்தியில் நிறுத்தி அழகுணர்வை காட்சிப்படுத்துகின்றன.

'களத்துமேடு', 'அரிசிகளின் கதை' ஆகியவை பாரிகபிலனை அடையாளப்படுத்தும் படைப்புகள். கவிதைக்காக பல்வேறு அங்கீகாரங்களைக் குவித்திருக்கும் பாரிகபிலன், தமிழ்நாடு முற்போக்கு எழுத்தாளர் கலைஞர்கள் சங்கத்தின் முன்னணி நிர்வாகி. சென்னை, கிண்டி தொழிற்பேட்டையில் இரைச்சல் மிகுந்த ஒரு சிற்றறைக்குள், சிஎன்சி எனப்படும் நவீன இயந்திரத்தோடு போராடிக் கொண்டிருக்கிறார் பாரிகபிலன்.

"சின்ன வயசுல பேனாவும் நோட்டுமா திரியுறப்போ எங்க மாமா சொல்லுவாரு, 'எழுத்து சோறு போடாதுடா'ன்னு! ஆனா, அது ஒரு கிறுக்கு... 'நாம எழுதுறதுதான் கவிதை. இதுதான் உலகத்தையே மாத்திப் போடப் போகுது'ங்கிற குருட்டுத்தனமான நம்பிக்கை. இப்பவும் அந்த நம்பிக்கை சாகல. அதுதான் வாழ

99.280
93.383

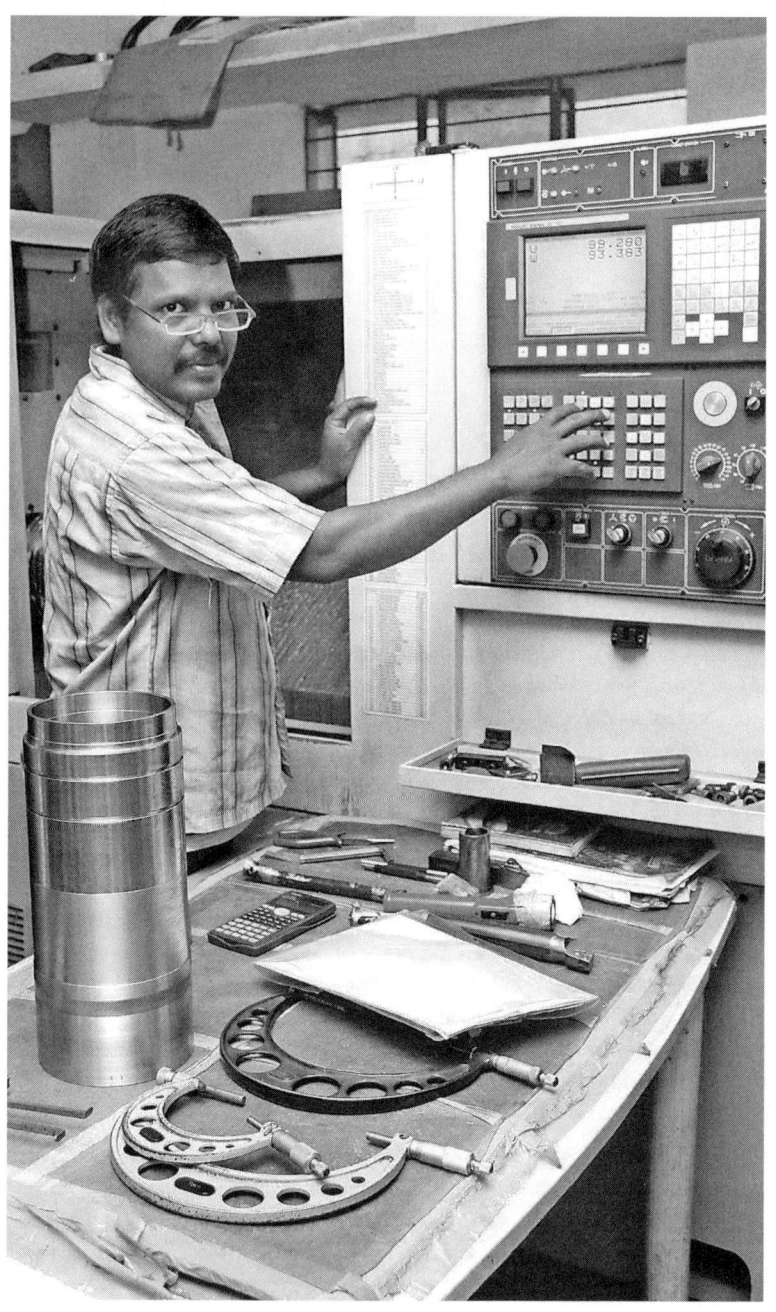

வச்சுக்கிட்டிருக்கு. கிராமத்துல இருந்து சென்னை வந்தபிறகு 11 கம்பெனியில வேலை செஞ்சிருக்கேன். சோறு இல்லாமக் கூட கிடப்பேன். சுடுசொல் பொறுக்க மாட்டேன். அதுதான் பிரச்னை. இப்போ 12வது கம்பெனி. இதுவும் சொல் சுடாத வரைக்கும்தான்...” – வெள்ளந்தியாகச் சிரிக்கிறார் பாரிகபிலன்.

“திருமுட்டம் பக்கத்துல பூண்டின்னு ஒரு கிராமம். அப்பா ராமசாமியும் அம்மா சரோஜாவும் விவசாயக் கூலிங்க. விவசாயத்தை முழுநேரத் தொழிலாக் கொண்ட எந்தக் குடும்பமும் தன்னிறைவா வாழமுடியாது. நாங்களும் அப்படித்தான். தொடர்ந்து நாலு நாளைக்கு மழை பேஞ்சாலும், சேந்தாப்புல பத்து நாளைக்கு வெயில் அடிச்சாலும் சாப்பாட்டுக்கு வேலிக்கீரையைத்தான் தேடணும். வரிசையா தம்பி, தங்கை. வச்சுப் பாக்க வழியில்லாம சின்ன வயசுலேயே தாய்மாமா வீட்டுல விட்டுட்டாங்க. மாமா வாத்தியாரு. அதனால சாப்பாட்டுக்குக் குறைச்சல் இல்லை. அம்மாயி, அக்கான்னு பாசத்தைக் கொட்டுற உறவுகள்.

அவுங்ககிட்ட இருந்துதான் பாட்டும் கவிதையும் எனக்குள்ள வந்திருக்கணும். வயக்காட்டுல இறங்குனா கலகலன்னு பாட்டை எடுத்து விடும். கோபம், சோகம், சந்தோஷம் எல்லாம் ஊத்தெடுத்துக் கிளம்பும்.

அம்மாயி நிறைய கதைகளும் சொல்லும். அதுலயும் ஏக்கமும், துக்கமும் இருக்கும். சிரிக்க, அழுக, பயப்படன்னு ஒவ்வொரு கதைக்குள்ளயும் ஒரு உசுர வச்சு சொல்லும். கதையும், பாட்டுமா என் பால்யம் கழிஞ்சுச்சு. மாமா வாத்தியாருங்கிறதால என் தம்பி, தங்கைக்குக் கிடைக்காத கல்வி எனக்குக் கிடைச்சுச்சு.

அப்போ ஐடிஐக்கு பெரிய வரவேற்பு இருந்துச்சு. மாமா என்னை டர்னர் கிரேடு சேர்த்து விட்டார். ஆனா படிக்கிறப்பவே எழுத்துக் கிறுக்கு புடிச்சு ஆட்டத் தொடங்கிருச்சு. அம்மாயி மாதிரி நானே பாட்டுக் கட்டி பாட ஆரம்பிச்சிட்டேன்.

காதலைச் சொல்ல, காதல் தோல்வியை ஆத்தன்னு இளந்தாரி வட்டத்துல என் கவிதைகளுக்கு ஏகப்பட்ட கிராக்கி. நாளாக, நாளாக, 'இந்தப் பயலுவளுக்கு எழுதிக் கொடுக்கிறதை விட்டு சினிமா ஹீரோக்களுக்கு பாட்டெழுதுனா பணமும் கிடைக்கும், புகழும் கிடைக்குமே'ன்னு ஒரு தலைப்பிரட்டை மண்டைக்குள்ள ஏறி உக்காந்துக்குச்சு. கடமையெல்லாம் மறந்துபோச்சு. சினிமா உலகமே எனக்காக காத்துக்கிட்டிருக்க மாதிரியும், நான் போன வுடனே வெத்திலை பாக்கு வச்சு தங்கத் தாம்பாளத்தோடு நிக்கிற மாதிரியும் நினைப்பு. ஐடிஐ முடிச்சதும் சென்னை கிளம்பி வந்துட்டேன். வந்ததும்தான் வலி தெரிஞ்சுச்சு...” – நகைச்சுவை இழையோடப் பேசுகிறார் பாரிகபிலன்.

“எழுதுறது கவிதை, பாடுறது பாட்டுன்னு நம்பி ஏகப்பட்ட இளைஞர்கள் வாழ்க்கையை சினிமாவில தொலைக்கிறாங்க. நான் சுதாரிச்சுக்கிட்டேன். ஒண்ணு, ரெண்டு மாசத்துக்கு நண்பர்கள் தோள் கொடுத்தாங்க. அதுக்குப்பிறகு பட்டினி. திரும்பவும் ஊருக் குப் போக மனசாட்சி இடம் கொடுக்கல. படிச்ச படிப்பு கையில இருந்துச்சு. நேரா, அம்பத்தூர் எஸ்டேட்ல ஒரு லேத்ல வேலைக் குச் சேந்துட்டேன். போல்டு, நட்டுக்கு மரை வெட்டுற வேலை. ஆனா 6 மாதம் கூட அது நீடிக்கல.

இடையில நிறைய அவமானம், சிரமம், பசி, பட்டனுபவம். அப்போதான் சிஎன்சி மெஷின் அறிமுகமாகியிருந்துச்சு. கம்ப் யூட்டரோட இணைஞ்ச மெஷின். இத்தனை இஞ்ச்ல இத் தனை நட்டு, இத்தனை போல்டு வேணும்னு புரோக்ராம் செட் பண்ணிட்டு, இரும்பை லோடு பண்ணிட்டு உக்காந்துட்டா, அச்சுப் பிசகாம வேலையை முடிச்சிரும். நாம 1 மணி நேரத்துல செய்யிற வேலையை இந்த மெஷின் 1 நிமிஷத்துல செஞ்சுரும்.

அப்போ பி.இ. படிச்சவங்கதான் இதை ஆபரேட் பண்ணு வாங்க. ஆனா கத்துக்கிட்டு அவங்கல்லாம் வெளிநாட்டுக்குக் கிளம்பிடுவாங்க. அதனால ஐ.டி.ஐ. முடிச்ச எங்களுக்குப் பயிற்சி கொடுத்தாங்க. ரயில், பஸ், காருக்கெல்லாம் உதிரிப்பா கங்கள் தயாரிக்கிற வேலை. ஆர்வமா கத்துக்கிட்டேன். இந்த ஒரு இடத்துல 10 வருஷம் வேலை செஞ்சேன். நிறைய நேரம் கிடைச்சுச்சு. கவிஞர் சுரதா, பழநிபாரதி நட்பு கிடைச்ச பிறகு என் எழுத்துக்கள் செழுமையாச்சு. வைரமுத்து தொடங்கி பழ மலய் வரைக்கும் என் வாசிப்பு விரிவடைஞ்சுச்சு. தமுஎகச என் எழுத்தை ஒரு வரம்புக்குள்ள கொண்டு வந்துச்சு. ஓரளவுக்கு நிரந்தர வருமானம் வந்ததால தைரியமா திருமணமும் செஞ்சுக் கிட்டேன். என் தாய்மாமா மகள்தான். இந்த நேரத்துல திடீர்னு நான் வேலை பார்த்த நிறுவனத்தை சட்டவிரோதமா மூடிட்

டாங்க. திரும்பவும் வாழ்க்கை ஒண்ணுல இருந்து தொடங்குச்சு... அதுக்குப் பிறகு அங்கேயிங்கே அலைஞ்சு, கஷ்டப்பட்டு இப்போ இந்தக் நிலைமைக்கு வந்திருக்கேன். 13 சிஎன்சி மெஷினுக்கு நான்தான் இன்சார்ஜ். கவின் கார்க்கி, தமிழ்நிலான்னு ரெண்டு செல்வங்கள். மாசம் 18 ஆயிரம் ரூபாய் சம்பாதிக்கிறேன். அறிவு மதி, பழநிபாரதின்னு பல கவிஞர்களுக்கு நண்பனா இருக்கேன். என் கிராமம்தான் என்னோட களம். இன்னும் பல நூறு பக்கங்கள் எழுத வேண்டியிருக்கு. எனக்கு நம்பிக்கை இருக்கு. எனக்குப் பிறகும் என் கவிதைகள் உயிரோட இருக்கும்..!"

வெ.நீலகண்டன்

9

வண்ணை சிவா

“படகுல சாஞ்சுக்கிட்டு, கடலைப் பாத்தபடி பீடி இழுத்துக்கிட்டிருந்தானாம் ஒரு மீனவன். அந்த வழியா வந்த ஒருத்தர், ‘ஏம்பா இப்படி நேரத்தை வீணடிக்கிறே... இதுக்குப் பதில் கடலுக்குள்ள போய் மீன் பிடிக்கலாமே’ன்னாராம். ‘எதுக்கு மீன் பிடிக்கணும்’னு கேட்டானாம் மீனவன். ‘மீன் பிடிச்சு வித்தா பணம் கிடைக்கும். பணம் கிடைச்சா சந்தோஷமா இருக்கலாமே’ன்னாராம். ‘என்கிட்ட பீடியிருக்கு... சாஞ்சுக்க படகு இருக்கு... இப்போ நான் சந்தோஷமாத்தானே இருக்கேன்’னு கேட்டானாம் மீனவன். வாழ்க்கையை உள்ளீடா அணுகுற இந்த ஜென் கதைதான் என் கதையும்!”

– தத்துவார்த்தமாகத் தொடங்குகிறார் வண்ணை சிவா. தமிழின் முதன்மை வரிசை ஹைக்கூ கவிஞர். நவீனத்தின் வேர்களில் கிளைக்கும் இவரது கவிதைகளில் சமூக அவலங்களுக்கு எதிரான கோபமும், வாழ்க்கையின் அழகியலும் ஒருசேர இழைந்திருக்கின்றன. சொற்களுக்கிடையே இறைந்து கிடக்கும் பொம்மைகளும், சிற்பங்களும், ஓவியங்களும் இவரது படைப்புகளில் தனித்துவமான ஓர் கலைநயத்தை உருவாக்குகின்றன. ‘நதியின் பயணம்’, ‘ஹைக்கூ அந்தாதி’, ‘உடைந்த பொம்மையும், அழாத குழந்தையும்’, ‘ஒற்றைக்கல் சிற்பம்’, ‘உதிர நிறப் பொட்டு’, ‘ஹைக்கூ நாற்பது’ ஆகியவை இந்த மாவுமில்காரரை முன்னிறுத்தும் படைப்புகள்.

மாதவரம் பால்பண்ணையை ஒட்டி, மாவுமில்லின் காதைத் துழாவும் சத்தத்தினூடே உற்சாகமாகப் பேசுகிறார் வண்ணை சிவா.

"எல்லா புள்ளைகளும் நல்ல நிலைமையில இருக்கப்போ, நீ மட்டும் இப்படி வாடகை வீட்டுல கிடந்து அல்லாடுறியேடான்னு அம்மா அடிக்கடி புலம்புவாங்க. எளிதா அந்தப் புலம்பலைக் கடந்து போயிடுவேன். சட்டம் படிச்சிருக்கேன். முதுகலை தமிழ் இலக்கியம் படிச்சிருக்கேன். எல்லாத்தையும் விட்டுட்டு இந்த மாவுமில்லுல புரையேறிக் கிடக்கிறதுக்கு காரணம், சுயமரியாதை. யார்கிட்டயும் கைகட்டி நிக்கத் தேவையில்லை. எது கிடைச்சாலும் அது நம்மளுது. 13 பிள்ளைங்களையும் இந்த மாவுமில்லுல தேஞ்சுதான் படிக்க வச்சு, நல்ல நிலைக்குக் கொண்டு வந்தார் அப்பா. அந்த வகையில இது எங்களுக்கு தொழில் மட்டுமில்லை... வாழ்க்கை'' – வண்ணை சிவாவின் வார்த்தைகள் உருகுகின்றன.

"அப்பாவுக்கு ரெண்டு மனைவி. ரெண்டு பேருக்கும் சேத்து 13 பிள்ளைங்க. பிள்ளைகளுக்குள்ள எந்த வித்தியாசமும் இல்லை. மூணு இடத்துல மாவுமில் இருந்துச்சு. மிளகாய், மல்லி, நவதானியம், அரிசி, சீயக்காய், கடுக்காய்னு ஒவ்வொண்ணுக்கும் ஒவ்வொரு மிஷின் இருக்கும். தனியா வீடு இருந்தாலும், எங்க பொழுதெல்லாம் மில்லுலதான் போகும். அப்பா மணலி மில்லைப் பாத்துக்கிட்டார். வண்ணாரப்பேட்டை மில்களை ரெண்டு அக்காவும் பாத்துக்கிட்டாங்க.

5ம் வகுப்பு படிக்கும்போதே எனக்கு அரவை பழக்கமாயிடுச்சு. முதல்ல சீயக்காய்தான் அரைக்க விடுவாங்க. சின்ன கூம்பு மாதிரி இருக்கும் மெஷின். அதுல கொஞ்சம், கொஞ்சமா அள்ளிப் போட்டு அரைக்கணும். நெடி மூக்குலயும், வாயிலயும் ஏறிடும். அதைத் தாக்குப் புடிச்சாத்தான் அரிசி, கோதுமையெல்லாம் அரைக்க முடியும்..

மில்லுக்கு எதிர்ல உள்ள பூங்காவுல கட்சிக்கூட்டங்கள் நடக்கும். திராவிட இயக்கத் தலைவர்களோட அனல் பறக்குற பேச்சை மெய்மறந்து கேப்பேன். பாரதிதாசன் பத்தி பேசுறதைக் கேட்டு அவர் எழுதின கவிதைப் புத்தகங்களை வாங்கிப் படிச்சேன். எங்க கருணாகரன் அண்ணன், மு.வ.வோட தீவிர வாசகர். அவர் மூலமாவும் எனக்குப் புத்தகங்கள் கிடைச்சுச்சு. 10ம் வகுப்பு முடிக்கிறதுக்குள்ள பாலகுமாரன், மேத்தா, வைரமுத்து, அப்துல் ரகுமான் வரைக்கும் வந்துட்டேன். தொடர்ச்சியான வாசிப்பு எழுதுற ஆர்வத்தை தூண்டுச்சு.

என்னோட மூன்று சகோதரர்கள் வழக்கறிஞர்கள். என்னையும் வழக்கறிஞரா ஆக்கிப் பாக்க நினைச்சாங்க. அம்பேத்கர் சட்டக் கல்லூரியில சேந்தேன். ஆனா மில்லோட உறவு விட்டுப் போகலே. அக்காக்களுக்கு திருமணமாகிடுச்சு. நானும், இன்னொரு அண்ணனும் நிர்வாகத்துக்கு வந்தோம். கல்லூரி விட்டவுடனே நேரா அரவைக்குப் போயிருவேன்.

சட்டக்கல்லூரி என் சிந்தனைகளுக்கு தீனி போடுற இடமா இருந்துச்சு. வாசிப்பு விரிவாச்சு. நிறைய இலக்கியக் கூட்டங்களுக்குப் போனேன். பிரபஞ்சன், வல்லிக்கண்ணன் மாதிரி ஆளுமைகளோட தொடர்பு இன்னும் உற்சாகமா எழுதவச்சுச்சு. படிப்பு முடிஞ்சபிறகு ஒன்றரை வருஷம் வக்கீல் தொழில் பாத்தேன். என்னோட இயல்புக்கும், தன்மைக்கும் அந்தத் தொழில் சரியா வரலே. கோட்டை கழட்டிப் போட்டுட்டு நேரா மில்லுல வந்து உக்காந்துட்டேன். சகோதரர்கள் சங்கடப்பட்டாங்க. ஆனா அப்பா, 'உனக்கு எது சரின்னு படுதோ அதைச் செய்யுப்பா'ன்னு சொல்லிட்டார்.

மில்லுக்கு வந்தபிறகு நிறைய சுதந்திரம். வருமானத்துல பாதி என் இலக்கியப் பயணங்களுக்கும், புத்தகங்கள் வாங்கவும் செலவாச்சு. ஆனா யாரும் என்னைக் கேள்வி கேக்கல..." – உற்சாகம் குறையாமல் பேசுகிறார் சிவா.

"மாதவரத்துல ஒரு மில் விலைக்கு வந்துச்சு. வண்ணாரப் பேட்டை மில்லை தம்பிகிட்ட கொடுத்துட்டு நான் மாதவரம் வந்துட்டேன். இங்கே இன்னும் சுதந்திரம். நண்பர்களைத் திரட்டி 'கூடு இலக்கிய வட்டம்'னு ஒரு அமைப்பை ஆரம்பிச்சேன். மில், இலக்கியக் கூடமா மாறிடுச்சு. கவியரங்கம், கருத்தரங்கம்னு நிறைய நிகழ்ச்சிகள் நடத்துனேன். மில்லோட ஒரு பகுதியைத் தடுத்து லைப்ரரியா மாத்துனேன்.

ஒரு கட்டத்துல மில்லுல வருமானம் குறைஞ்சு போச்சு. ரெடி மேட் மாவுகள், மிளகாய், மல்லித் தூள்கள் வரத்தொடங்கின பிறகு மக்கள் மில்லை புறக்கணிச்சுட்டாங்க. ஷாம்பு வந்தபிறகு சீயக்காய் அரைக்கிற வழக்கமும் குறைஞ்சிடுச்சு. தீபாவளி மாதிரி பண்டிகைக் காலங்கள்ல மட்டும் ஓரளவுக்கு ஓடும். வருமானம் குறைஞ்சுட்டதால கையில இருந்த பணத்தை வச்சு பைனான்ஸ் பண்ணுனேன். ஆனா அதுவும் என் இயல்புக்கு பொருந்தி வரல. கடன் வாங்கின இலக்கிய நண்பர்கள் திருப்பித் தரல. பணத்துக் காக நான் நட்பை இழக்க விரும்பலே. 5 லட்சத்துக்கு மேல நஷ் டம்... பொருளாதார நெருக்கடி.

தொடக்கத்துல திருமணத்துல நாட்டமில்லாம இருந்தேன். எழுத்தைப் பாதிச்சிடும்ங்கிற பயம். தம்பிக்கெல்லாம் திருமணமான பிறகு அப்பாவும், அம்மாவும் ரொம்ப வற்புறுத்தினாங்க. சில நிபந்தனைகளோட ஒத்துக்கிட்டேன்.. மனைவி பேரு லெட்சுமி. வாசிக்கிற ஆர்வம் உள்ளவங்க.

42 வயசாயிடுச்சு. நினைச்சிருந்தா வழக்கறிஞராவோ, ஆசிரிய னாவோ ஆகி இன்னும் நல்ல வாழ்க்கை வாழ்ந்திருக்கலாம். ஆனா

16 வயசுல புடிச்ச எழுத்துக் கிறுக்கு. இதுதான் என்னோட இலக்கியம்னு அடையாளம் காட்டுற அளவுக்கு இதுவரைக்கும் ஏதும் செய்யல. ஆனா அதுக்கான முயற்சிகள்ல இருக்கேன்.

வாடகை வீட்டிலதான் குடியிருக்கேன். அப்பா, அம்மா, சகோதர, சகோதரிகளுக்கு என்னைப் பத்தி நிறைய கவலை உண்டு. ஆனா நான் திருப்தியாத்தான் இருக்கேன். விரும்பினா மில்லைத் திறப்பேன். இல்லைன்னா மில்லை மூடிட்டு எழுத உக்காந்திருவேன். 'வீட்டை விட்டு வெளியில் போனால் மீண்டும் வீட்டுக்குத் திரும்புவது ஒருவித சாகசம்'னு நண்பர் சூரியராஜ் எழுதுவார். மிகக் குறுகின ஒரு சாகச வாழ்க்கையை எவ்வளவோ பேர் கடந்து போறாங்க. எத்தனை பேருக்கு இங்கே அடையாளம் இருக்கு..? ஆனா, நான் விட்டுட்டுப் போக நிறைய இருக்கு..!"

– ஒருகணம் அரவையை நிறுத்திவிட்டு தீர்மானமாகச் சொல்கிறார் வண்ணை சிவா.

10

ஏ.பி.முகன்

ஓரறிவு ஜீவராசிகளின் உணர்வுகளையும் மொழியாக்க வல்லது ஏ.பி.முகனின் எழுத்து. இயற்கையின் மீதான நேசிப்பும், வாழ்தலின் மீதான நம்பிக்கையும், சமூக அவலங்களுக்கு எதிரான உக்கிரமும், மனதைத் தாக்குகிற உளவியல் தன்மையும் முகனின் படைப்புகளை தனித்துவமாக அடையாளப்படுத்துகின்றன.

‘வளையத் தெரிந்த மரங்கள்’, ‘அந்தரங்க மனசு’, ‘மறப்பதற்கு மனிதன் அல்ல...’ ஆகியவை முகனின் அடையாளமான இலக்கியப் படைப்புகள். ‘கறுப்பில் இருந்து சிவப்பு வரை’ என்ற மிக விரிவான இவரது ஜோதிட வரலாற்று நூல், ஜோதிடத்தின் உள்ளீடுகள் பற்றி அழுத்தமான விவாதத்தை உருவாக்கியிருக்கிறது. கும்பகோணத்தை அடுத்துள்ள புளியஞ்சேரி கிராமத்தைச் சேர்ந்த ஏ.பி.முகனின் விரிவுப்பெயர், ஏ.பாலமுருகன். படைப்பாளியாக, சினிமாக்காரராக இயங்கும் இவரின் பிரதான அடையாளம் ஜோதிடர்.

“நான் பிறந்த மூணு மாசத்துல அம்மாவுக்கு மனநிலை பாதிச்சிருச்சு. ஒருமுறை என்னைத் தூக்கி கீழே எறிஞ்சுருச்சு அம்மா. என்னைப் பாத்துக்கிறதுக்காக அப்பா இன்னொரு கல்யாணம் பண்ணினார். அந்த அம்மா, ரெண்டாவது பிரசவத்தப்போ இறந்து போச்சு. அதுக்குப் பிறந்த குழந்தையைப் பாத்துக்கிறதுக்காக 3வது கல்யாணம் பண்ணிக்கிட்டார் அப்பா.

எல்லாத்தையும் சேத்து மொத்தம் மூணு பிள்ளைகள். அப்பாவுக்கு வெங்காய வியாபாரம். பழைய இரும்பு வாங்கிக்கிட்டு அதுக்குப் பதிலா வெங்காயம் கொடுப்பார்.

சின்ன வயசுல விளையாட்டில தீவிர ஆர்வம். 'பி.டி வாத்தியார் ஆயிருவேடா'ன்னு எங்க சார் சொல்லுவார். கபடி, அத்லெட்டிக்னு எந்த விளையாட்டுப் போட்டி நடந்தாலும் போய் கலந்துக்கிட்டு கப்போடதான் திரும்புவேன். எழுத்து, ஏழாம் வகுப்புலயே ஆரம்பிச்சிருச்சு. எங்க தமிழ் அய்யா, 'முல்லை'ன்னு ஒரு தலைப்பைக் கொடுத்து. கதை, கவிதை, கட்டுரை ஏதாவது ஒண்ணை எழுதிக்கிட்டு வரணும்னு வீட்டுப்பாடம் கொடுத்தார். என்னவோ எழுத்தை மடக்கி, மடக்கி எழுதுனேன். 'கவிதைடா...'ன்னு பாராட்டுனார் தமிழய்யா. அப்போ எனக்குள்ள ஒரு கவிஞன் புகுந்துட்டான். பிளஸ் 2 படிச்சுக்கிட்டிருந்தப்போ, மகேந்திரன்னு ஒரு நண்பன். 'திருச்சியில நேவிக்கு ஆளெடுக்கிறாங்க, நீயும் வர்றியா'ன்னு கேட்டான். உற்சாகமா கிளம்பிட்டேன். லாங் ஜம்ப், ஹை ஜம்ப்னு எல்லாத்திலயும் செலக்ட் ஆயிட்டேன். '6 மாசத்துக்குள்ள கடிதம் வரும். சர்டிபிகேட் வெரிபிகேஷனுக்கு வந்திரு'ன்னு சொல்லி அனுப்பிட்டாங்க.

நேவியில வேலை கிடைக்கப் போகுது. பிறகெதுக்குப் படிப்பு..? 6 மாசத்தை ஓட்டணுமேன்னு ஒரு டிடெக்டிவ் ஏஜென்சியில வேலைக்குச் சேந்தேன். பாலக்காடு கிளையில தூக்கிப் போட்டுட்டாங்க. அந்த சமயத்துல நேவியில இருந்து வீட்டுக்கு வந்த லெட்டரை எனக்கு அனுப்பாம விட்டுட்டாரு அப்பா. தகவல் தெரிஞ்சு, அடிச்சிப் பிடிச்சு ஓடுனா, 'தேதி முடிஞ்சு போச்சு.. வீட்டுக்குப் போ'ன்னு அனுப்பிட்டாங்க. எதுக்காக படிப்பை பறிகொடுத்தேனோ அது கைவிட்டுப் போயிடுச்சு. வாழ்க்கையே வெறுத்துப் போச்சு.

நேவி வேலை போனபிறகு, எனக்குள்ள இருந்த கவிஞன் விழிச்சுக்கிட்டான். முழுநேரமும் எழுத்துதான். என்னை மாதிரியே 'இலக்கிய வெறி'யோட சுத்திக்கிட்டிருந்த 'எத்தன்' சுரேஷ், லிங்குசாமி, பிருந்தாசாரதி, கலைமணி, ராஜாசங்கர் நேரு, சுபஹான்,

வெ.நீலகண்டன் 57

சேதுராமன், பரணி எல்லாரும் ஒண்ணு கூடி 'மலரும் பூக்கள் வளரும் மன்றம்'னு ஒரு இலக்கிய அமைப்பை ஆரம்பிச்சோம். கவிதை வாசிப்பு, கருத்தரங்கம்னு வாழ்க்கை படுஸ்பீடா ஓடுச்சு. தமிழ்நாடு முற்போக்கு எழுத்தாளர் சங்கத்தோட தொடர்பு கிடைச்ச பிறகு, இன்னும் வீரியமா எழுத்து மாறிடுச்சு. எழுத்தோட சேர்த்து சமூகப் பணிகள்லயும் இறங்குனோம். இந்த உலகத்தையே எழுத்தால புரட்டிப் போட்டுடணும்ங்கிற வெறி..'' – சிரிக்கிறார் முகன்.

''இளையராஜா சாரோட சகோதரர் பாஸ்கர், ஒரு நிகழ்ச்சிக்காக கும்பகோணம் வந்திருந்தார். அந்த நிகழ்ச்சியில இளையராஜா பத்தி ஒரு கவிதை படிச்சேன். பாஸ்கர் என்னைக் கூப்பிட்டு, 'கவிதை ரொம்ப நல்லாயிருக்கு. நீங்க சென்னை வந்து அண்ணனைப் பாருங்க...'ன்னு சொன்னார். அந்த வினாடியில புடிச்சுது சினிமா கிறுக்கு. மனசுக்குள்ள பெரிய சினிமா பாடலாசிரியன் ஆகிட்டேன்.

சென்னையில ஒரு தமுஎச மாநாடு நடந்துச்சு. அதுக்கு போனவன், நேரா இளையராஜா சார் வீட்டுக்குப் போயிட்டேன். சாயங்காலம் வரைக்கும் வெளியிலயே நின்னேன். வெளியில போயிட்டு வீட்டுக்கு வந்த ராஜா சாருக்கு வணக்கம் வச்சு, விஷயத்தைச் சொன்னேன். 'நீ பாஸ்கரைக் கூட்டிக்கிட்டு வா'ன்னு சொல்லிட்டு உள்ளே போயிட்டார். கடைசிவரைக்கும் பாஸ்கரை பார்க்கவே முடியலே. எழில்னு ஒரு நண்பர் சென்னையில இருந்தார். அவரைப் போய் பாத்தேன். ஒரு சின்ன ரூம்ல களஞ்சியம் உள்ளிட்ட நாலு பேர் தங்கியிருந்தாங்க. அதையே நானும் ஜாகையாக்கிக்கிட்டேன். அரிசி வாங்கி வச்சுட்டு எல்லாரும் வாய்ப்புத் தேடி போவாங்க. நான் கஞ்சி செய்வேன். ஊறுகாயை தொட்டுக்கிட்டுச் சாப்பிடுவோம். இசையமைப்பாளர்கள், இயக்குனர்கள் அலுவலகத்துக்குப் போய் கவிதை நோட்டைக் கொடுப்பேன். 'போ சொல்லியனுப்புறோம்'னு சொல்லுவாங்க. சில பேர், 'உன் கையெழுத்து நல்லாயிருக்கு. உதவி இயக்குனராக முயற்சி செய்'னு சொன்னாங்க. அதுக்கும் முயற்சி செஞ்சேன். எதுவும் நடக்கலே.

சாப்பாட்டுக்கே தடுமாற்றமா போச்சு. ஒரு நண்பர் ஓட்டல் சப்ளையர் வேலையில சேத்துவிட்டார். தினமும் காலையில பாண்டியராஜன் சார் வீட்டுக்குப் போயிருவேன். வாசல்லயே நிப்பேன். அவர் முகம் தெரிஞ்சவுடனே ஓடிப்போய் சல்யூட் வைப்பேன். அவரும் சல்யூட் வச்சுட்டு போயிடுவார். ஒருநாள் கூப்பிட்டு விசாரிச்சார். கவிதை நோட்டைக் கொடுத்தேன். 'நாளையில இருந்து ஆபீசுக்கு வா'ன்னு சொல்லிட்டுப் போயிட்டார். நாலஞ்சு மாசம் போனேன். அதுக்குள்ளயே சினிமா ஆசை குறைஞ்சு போச்சு. திரும்பவும் கும்பகோணம் போனேன். அங்கேயும் காலம் என்னை

சுழற்றிச் சுழற்றி அடிச்சுச்சு...” – முகனின் வார்த்தைகளில் விரக்தி தொனிக்கிறது.

“ஊர்ல ‘எத்தன்’ சுரேஷ் ஒரு பதிப்பகத்துல இருந்து புத்தகங் கள் எடுத்து வித்துக்கிட்டிருந்தார். அவரோட சேந்து புத்தகங்கள் எடுத்து ஊர் ஊரா சைக்கிள்ல போய் வித்தேன். 100 ரூபாய்க்கு வித்தா 20 ரூபா கமிஷன். படிப்படியா விநியோகஸ்தர் ஆனோம். ஆனா, பல பேர் பணம் தராம ஏமாத்திட்டாங்க. கடன்ல தொழில் நொடிச்சுப் போச்சு. இதுக்கிடையில கும்பகோணத்துலேயே ஒரு லெண்டிங் லைப்ரரி ஆரம்பிச்சேன். அதுல ஒரு பொண்ணை வேலைக்கு வச்சிருந்தேன். அந்தப் பெண், பக்கத்துல வேலை செஞ்ச ஒருத்தனோட ஓடிப்போயிடுச்சு. யார் எவ்வளவு புக் எடுத்தாங்கன்னு கூட கணக்கு இல்லை. அதையும் மூட வேண் டியதாயிடுச்சு.

கடவுள் நம்பிக்கையே இல்லாம இருந்த எனக்கு, இந்தத் தருணத் துலதான் ஜோதிடத்து மேல நம்பிக்கை வந்துச்சு. ஜோதிடத்தை ஆய்வு செய்யறபோது எல்லாமே அறிவியலாவும், கணிதமாவும் இருந்துச்சு. பள்ளியில படிச்ச நியூட்டன் விதி, பிதாகரஸ் தேற்றம் எல்லாத்தையும் ஜோதிடத்துல பார்க்கமுடிஞ்சுது. என் படைப்பு கள்ல ஜோதிட மந்திரங்களும், தத்துவங்களும் என்னையறியாம உள்ளீடுகளா பரவத் தொடங்குச்சு. பத்திரிகைகளுக்கு ஜோதிடம், ஆய்வுக் கட்டுரைகள் எழுதினேன். ஜோதிடம் பார்க்கவும் ஆரம் பிச்சேன். எந்த சினிமா என்னை அங்கீகரிக்காம ஒதுக்குச்சோ, அங்கிருந்த பல ஆளுமைகள் ஜோதிடம் பார்க்க வந்தாங்க. வெளி நாட்டு வாய்ப்புகள் எல்லாம் அமைஞ்சுது. நான் எதை எதிர்நோக்கி சென்னைக்கு வந்தேனோ, அதை ஜோதிடமே எனக்கு பெற்றுக் கொடுத்துச்சு. ஜோதிடம் பார்க்கவந்த ஒரு சினிமா பைனான்சியர், என் பின்புலத்தைக் கேள்விப்பட்டு, ‘நானே பைனான்ஸ் பண்றேன், படம் எடுங்க’ன்னார். ‘தீண்ட தீண்ட’ படம் வந்துச்சு. என் லட் சியம் நிறைவேறிடுச்சு.

ஜோதிடம் பற்றிய என் தேடல் விரிவடைஞ்சுக்கிட்டே இருக்கு. இதுவரைக்கும் எழுதின கவிதைகள், கதைகள், ஆய்வுகளை நூல் களாக்கிட்டேன். ‘விடியும்வரை பேசு’ன்னு என் ரெண்டாவது படத்தையும் எடுத்து முடிச்சுட்டேன். என் ஆழ்மன உணர்வுகளை, என் வாழ்க்கைக்கும் காலத்துக்கும் நிகழ்ந்த போராட்டத்தை, என் மண்ணுக்கும், எனக்குமான தொன்று தொட்ட உறவைப் பத்தியெல்லாம் இன்னும் நிறைய எழுதுவேன். எழுத்து இருக்கிற வரைக்கும் நான் இருப்பேன்...”

– உக்கிரம் ததும்பச் சொல்கிறார் முகன்.

சு.வேணுகோபால்

கிராமத்து வாழ்க்கையின் அழகியலை அங்குலம் அங்குலமாக சிலாகிக்கும் எழுத்து; இளமைக்குரிய வற்றாத தாபம் ஒரு பிரவாகமாக தவழ்ந்தோடும் அதேவேளை, நாட்டார் வழக்காற்றியல் நோக்கில் மனிதர்களின் ஆதி அந்தங்களையும், கலை உணர்வுகளையும் தேடிச்செல்லும் நுணுக்கம்... இதுதான் சு.வேணுகோபாலை தமிழின் பிரதான படைப்பாளியாக முன்னிறுத்துகிறது. 'நுண்வெளி கிரணங்கள்', 'பூமிக்குள் ஓடுகிறது நதி', 'களவுபோகும் புரவிகள்', 'கூந்தப்பனை', 'வெண்ணிலை', 'திசையெல்லாம் நெருஞ்சி', 'ஒருதுளி துயரம்' ஆகியவை சு.வேணுகோபாலை அழுத்தமாக நிறுவிய நூல்கள். இவரது எழுத்து பெற்ற அங்கீகாரங்கள் ஏராளம். மலையும், மலைசூழ் நிலமுமான தேனிக்கு அருகில், சில்ல மரத்துப்பட்டி என்ற பசுங்கிராமத்தில் தலையில் முண்டாசும், கைகளில் காங்கேயம் காளைகளுமாக உலவித் திரிகிறார் வேணுகோபால். பேச்சில் தேனிக்கே உரித்தான வெள்ளந்தித்தனம்.

"எல்லாம் அப்பா சுருள்வேலோட சம்பாத்தியம். ராப்பகல் பார்க்காத உழைப்பால 5 ஏக்கரை 30 ஏக்கரா மாத்தினவர். அவருக்கு இளைப்புத் தொல்லை இருந்துச்சு. 'நல்ல சீமைச்சரக்கா வாங்கி தினமும் ரெண்டு கிளாஸ் அடிச்சின்னா சரியாயிரும்'னு யாரோ ஒரு புண்ணியவான் சொல்லியிருக்காரு. கிளாஸைத் தொட்டவரு, சாராயம் அவரைக் குடிக்கிற வரைக்கும் விடலே.

இன்னைக்கு இலக்கிய சந்திப்புகள்ல தண்ணி அடிக்க நிர்ப்பந்திக்கி றவங்ககிட்ட, 'எனக்கும் சேத்து எங்க அப்பாவே குடிச்சிட்டார்'னு சொல்லி நான் தவிர்க்கிறதுண்டு.

ரொம்ப சீக்கிரமே அப்பா எங்களை விட்டுப் போயிட்டார். அப்புறம் எல்லாம் அம்மா பொன்னுத்தாயிதான். சிறந்த நிர்வாகி. படிச்சதென்னவோ அஞ்சாவதுதான். பண்ணையில வேலை செய் யிற 50 பேரோட கணக்கு வழக்கை மனனமா போட்டுச் சொல் லும். மொத்தம் நாங்க 5 புள்ளைங்க. நான் கடைக்குட்டி.

மாடு இல்லைன்னா விவசாயம் இல்லை. விவசாயத்துக்கு உகந்தது காங்கேயம் காளைகள்தான். இப்போதானே மின்சார மோட்டார் எல்லாம். அந்தக்காலத்துல கமலையிலதான் மாடு கட்டி தண்ணி இறைக்கணும். ஒரு கொழுவுல 500 லிட்டர் தண்ணி எடுக்கலாம். அப்படி கிணத்துல இருந்து எடுக்கிறதுக்கு ஓங்குதாங் கான மாடுக வேணும். உழும்போது கலப்பைக்கு மேல ஒரு கல்லை வச்சு, அதுக்கு மேல ரெண்டு பேரை நிக்க வச்சு உழுவாங்க. ஆழ உழுதாத்தான் விளைச்சல் பிடிக்கும். அதுக்கெல்லாம் காங்கேயம் காளைதான் சரிப்பட்டு வரும். விவசாயத்துக்காக வாங்குனாலும் அப்பாவுக்கு மாடுகமேல பிள்ளைப்பாசம். வதைச்சு வேலைவாங்க மாட்டாரு. மாட்டோட மொழியும் கூட அவருக்கு அத்துப்படி.

அப்பாவைப் பாத்துத்தான் விவசாயத்து மேலயும், மாடுக மேல யும் எனக்கு ஆசை வந்துச்சு. காலையில 6 மணிக்கு எழுந்திரிச்சு, ஆடு, மாட்டை ஓட்டிக்கிட்டு மேய்ச்சலுக்குக் கிளம்பிருவேன். 8 மணி வரைக்கும் மேய்ச்சுட்டு வந்து பள்ளிக்கூடம் போவேன். அதுக்கு 'பனிமேய்ச்சல்'னு பேரு. சாயந்திரம் வந்ததும் கொட்டத் துக்குத்தான் போவேன். ஆடு, மாட்டை மேய விட்டுட்டு, வரப் புல உக்காந்து படிப்பேன். முப்பதுக்கும் மேல பண்ணையாட்கள் இருந்தாலும், அவங்களோட சேந்து நானும் களை வெட்டுவேன். தண்ணி வெட்டி விடுவேன். தாட்டு சுமப்பேன். நிலக் கடலை, பருத்தி, கோவில்பட்டி சோளம், மஞ்சள்னு எக்காலமும் காடு பச் சைமேனியாக் கிடக்கும்.

பள்ளிக்காலங்கள்லயே கண்ணதாசன் பாடல்கள் மேல மோகம் வந்திருச்சு. எப்படி இந்த மனுஷனால இவ்வளவு பாடல்கள் எழுத முடியுதுன்னு வியந்துபோவேன். பாடல்களோட பொருள் புரியத் தொடங்கினபிறகு, ரகசியமா எனக்குள்ள ஒரு ஆசை அரும்புச்சு. 'நானும் கண்ணதாசனாகணும்'..!

கல்லூரிக்குப் போனதும் தமிழ் இலக்கியம்தான் படிப்பேன்னு அடம்புடிச்சு சேந்துட்டேன். என் தேடலுக்குத் தகுந்த களமா கல் லூரி இருந்துச்சு. ஒரு லட்சம் புத்தகங்கள் அடங்கின மிகப்பெரிய

நூலகம் அமெரிக்கன் கல்லூரியில இருக்கு. கண்ணதாசன் புத்தகங்களைத் தேடித்தேடி வாசிச்சேன். ஒருமுறை கல்லூரி இலக்கிய விழாவுக்கு ஜெயகாந்தன் வந்தார். அவரைக் கேள்விகளால திண றடிக்கணுங்கிற ஆர்வத்துல நூலகமே கதியாக் கிடந்து படிச்சேன். நிகழ்ச்சி நாள் வந்துச்சு. கம்பீரமா, ஒரு மத யானை மாதிரி வந்து உக்காந்தார் ஜெயகாந்தன். ஒவ்வொருத்தரும் ஒவ்வொரு கேள்வி கேக்குறாங்க. எல்லா கேள்விகளையும் எதிர்கொண்டு மூஞ்சியில அடிச்சமாதிரி பதில் சொல்றார். 'புதுசா என்ன எழுதப்போ றீங்க'ன்னு ஒரு பெண் கேள்வி கேட்டுச்சு. 'இதுவரைக்கும் நான் எழுதுன எல்லாத்தையும் படிச்சிட்டியா..?'ன்னு எதிர்க்கேள்வி கேட்டார். அந்த மிரட்சியில, தொண்டையோட என் கேள்விகள் நின்னுபோச்சு. ஆனா அப்போ இன்னொரு ரகசிய ஆசை உரு வாச்சு. 'நாம ஜெயகாந்தனா ஆகணும்'..!

எம்.ஃபில் முடிச்சேன். என் நண்பர்கள்ல சில பேர் சினிமாவுக் குப் போனாங்க. சில பேர் கல்லூரி வேலைக்குப் போனாங்க. நான் விவசாயம் செய்யப் போயிட்டேன். என் அப்பா 5 ஏக்கரை 30 ஏக்கரா மாத்துனார்; 45 ஏக்கரா மாத்தணும்ங்கிறது என் திட்டம். கோவணத்தைக் கட்டிக்கிட்டு வயக்காட்டுல இறங்கிட்டேன். காங் கேயம் காளைகளோட வாழத் தொடங்குனேன். ரேக்ளா ரேஸ், ஜல்லிக்கட்டுன்னு வாழ்க்கை சுவாரஸ்யமா ஓடுச்சு.

வாசிப்பும் தீவிரமாச்சு. எல்லா எழுத்தாளர்களோட கதைகளையும் படிச்சேன். ஆனா ஒருவரி கூட எழுதலே. முதன் முறையா எழுதினதே மிகப்பெரிய அங்கீகாரத்தை பெற்றுத் தந் துச்சு. அதுக்குப்பிறகு தீவிரமா எழுதத் தொடங்கிட்டேன்.

வெ.நீலகண்டன்

ஆனா, விவசாயம் எனக்குக் கை கூடலே. அப்பா கால விவசாயம் வேற; என் காலத்து விவசாயம் வேற. அப்பா வருஷாவருஷம் ஒவ்வொரு ஏக்கரா வாங்குனார். நான் வருஷத்துக்கு 1 லட்சம் கடன் வச்சேன். ஒருமுறை மருந்தடிச்சு, ஒருமுறை உரம் போட்டு, ஒருமுறை களை வெட்டி 1 பருத்திக்கு நூறு காய் எடுத்தார் அப்பா. நான் 13 மருந்தடிச்சு, 4 உரம் போட்டு, 3 களையெடுத்தும் செடிக்கு 15 காய்கூட நிக்கல. 4 ஏக்கர்ல வெங்காயம் வச்சேன். விதைவெங்காயம் கிலோ 13 ரூபா. அறுத்தெடுத்து மார்க்கெட்டுக்கு கொண்டுபோனா கிலோ 40 பைசாங்கிறான். ஒரேயடியா விலை இறங்கிப் போச்சு.

இப்படி ஒவ்வொரு வெள்ளாமையிலயும் கடன். அம்மா அழ ஆரம்பிச்சுட்டாங்க. 'படிச்ச புள்ளைக்கு விவசாயம் எதுக்கு... ஏதாவது வேலைக்குப் போகலாமுல்ல'ன்னு உறவுகளும் திட்டத் தொடங்கிட்டாங்க. வேற வழி தெரியாம, பேராசிரியர் வேலைக்குப் போனேன்.

ஒரு பள்ளிக்கூடச் சிறுவன் மாதிரி சனியும், ஞாயிறும் எப்போ வரும்னு இப்பவும் காத்துக்கிட்டிருக்கேன். என் மண்ணுல புரண்டு, என் காளைகளோட விளையாண்டு, பூப்பெய்தின பெண் மாதிரி பூரிச்சு நிக்குற பயிர்களை பாத்துக்கிட்டே நிக்குறதுல இருக்கிற உயிர்ப்பு வேறெதிலுமே எனக்கு இல்லை. ஒவ்வொரு மனுஷனும் சாப்பிடுற அரிசியில என்னோட ஒரு அரிசியும் இருக்கு. ஒவ்வொருத்தர் போடுற துணியில என்னோட நூலும் இருக்கு.

இதுவரைக்கும் எழுதினது என் அனுபவங்களோட ஒரு துளி. இன்னும் நெறக்க நெறக்க அனுபவங்கள் சேகரிச்சு வச்சிருக்கேன். கிராமங்களைப் பத்தி பல்லாயிரம் பக்கங்கள் எழுத வேண்டியிருக்கு. எல்லாத்தையும் உதறிட்டு நானும் என் மாடுகளும் தேசாந்திரிகளா திரியவும் வாய்ப்பிருக்கு..."

12

ரோஜாகுமார்

வாழ்க்கையை கவிதையாகப் பார்க்கிற இதயம் ரோஜாகுமாருடையது. மென்சிறகால் காற்றில் வருடும் வார்த்தைகளைக் கொண்டு வாழ்க்கையைப் புரட்டிப் போட்டு விடுகிற வல்லமை அவரது எழுத்துக்கு உண்டு. இஸ்லாமிய சமூகத்தின் பண்பாட்டு மேன்மைகளைக் கொண்டாடுகிற ரோஜாகுமார், அருகிவரும் மனித மாண்புகளையும் மத நல்லிணக்கத்தையும் தம் படைப்பின் வேர்களாக நிறுவுகிறார்.

'மொசக்குட்டி', 'உள்வீட்டில் இருந்து நிலாமுற்றம் வரை', 'சித்திரக்குகை' ஆகியவை ரோஜாகுமார் எழுதிய நூல்கள். இலக்கிய வாசகர்களால் கொண்டாடப்படும் ரோஜா குமாரை மேலூர் மக்கள், 'ஜூஸ் கடை காதர்மைதீனாக'வே அறிந்து வைத்திருக்கிறார்கள்.

"என்னோட எழுத்தைவிட, நான் போட்டுக்கொடுக்கிற ஃப்ரூட் மிக்சருக்கு நிறைய ரசிகர்கள் இருக்காங்க. 40 வருஷமா இந்தத் தொழில்தான் என் அடையாளம். 13 வயசுக்குள்ள அம்மாவையும் அப்பாவையும் இழந்துட்டு திக்குத் தெரியாம நின்னபோது வாழ்க்கை கொடுத்தது இதுதான். எந்த ஓனர் என்னை அரவணைச்சு வேலைக்குச் சேத்துக்கிட்டாரோ, அவர்கிட்டயே இன்னைக்கு வரைக்கும் வேலை செய்யிறேன். என் வாழ்க்கையில

நடந்த நல்லது, கெட்டது, வளர்ச்சி, வீழ்ச்சி எல்லாத்துக்கும் இந்தக் கடைதான் சாட்சி...

அத்தா, முகமது மைதீன். அம்மா, ரோஜா. ரோஜாவோட குமாரன்ங்கிறதால 'ரோஜாகுமார்'னு புனைப்பெயர் வச்சுக்கிட்டேன். அத்தாவுக்கு தோல் வியாபாரம். ஆடு, மாடுகளோட தோலை சில்லறையா வாங்கி மொத்த வியாபாரிகள்கிட்ட விப்பார். மாசத்துல 10 நாளைக்கு வேலையிருக்கும். கண்ணதாசன் மேல அவருக்கு அப்படியொரு பித்து. நல்லாப் பாடுவாரு. ஊருல அவருக்குன்னு ஒரு ரசிகர் கூட்டமே உண்டு.

கல்யாணமாகி பத்து வருஷம் கழிச்சுப் பொறந்தவன் நான். எனக்குப் பிறபாடு ஒரு தம்பி இருந்தாலும், தவங்கெடந்து பெத்த பிள்ளைங்கிறதால அத்தாவுக்கும் அம்மாவுக்கும் எம்மேல கூடுதல் பிரியம். என்னை வழிமாத்தி விட்டது அந்தப் பிரியம்தான். என்னை நல்லா படிக்க வச்சுப் பாக்கணும்னு அத்தாவுக்கு ஆசை. ஆனா தூண்டில தூக்கிட்டு கம்மாயில மீன் பிடிக்கப் போறது, கட்டை வில்லை வச்சு குருவி தெறிக்கிறதுன்னு எம்போக்கு வேற மாதிரி இருந்துச்சு.

எந்தப் பொறுப்பையும் சுமக்காம வாழ்க்கையோட போக்குல வாழ்ந்துக்கிட்டிருந்த என்னை அத்தாவோட மரணம் புரட்டிப் போட்டுச்சு. அப்போ 12 வயசு. விளையாட்டை எல்லாம் மூட்டை கட்டி வச்சுட்டு ஒரு பேக்கரியில வேலைக்குச் சேந்தேன். அம்மா பாய் நெசவு செய்யும். தம்பி ஒரு டீக்கடையில வேலைக்கு சேந்துட்டான். பட்டினியில்லாம வாழ்க்கை ஓடுச்சு. ஆனா, அடுத்த சில மாதங்கள்ல அம்மாவும் சுருண்டு விழுந்து இறந்துபோச்சு. அம்மா கடைசியா நெஞ்சுக்கிட்டிருந்த பாதி பாய், அதோட நினைவா இன்னும் என்கிட்டே இருக்கு. இழப்போட வலியை எந்த உணர்வால வெளிப்படுத்துறதுன்னு கூட தெரியல.

சொந்த வீடுன்னாலும், பராமரிப்பில்லாம சிதைஞ்சு நிக்குது. அதுக்குள்ள நுழைஞ்சாலே அத்தா நினைப்பும் அம்மா நினைப்பும், தனிமையும் நெஞ்சைப் பிழியுது. அதனால வீட்டுக்குப் போறதை நிறுத்திட்டேன். பேக்கரியில இருந்து விலகி ஒரு பழக்கடையில சேந்தேன். மேலூர் பஸ் ஸ்டாண்ட் பக்கத்துல உலகநாத சுவாமி மடத்துல பெத்தவாரு செட்டியார் நடத்தின கடை. அவரைப் பத்தி ஒரு நாவலே எழுதலாம். சுவாரஸ்யமான மனிதர். கதாபாத் திரங்களோட பெயரையே தம் பிள்ளைகளுக்கும், பேரன், பேத்தி களுக்கும் வைக்கிற அளவுக்கு சினிமா மேல ஆர்வம். என்னை பிள்ளை மாதிரி பார்த்துக்கிட்டார். கடையிலேயே தங்கிட்டேன்.

பக்கத்துல புத்தகக்கடை. பேப்பர், புத்தகங்கள் எல்லாம் வாசிக்க முடிஞ்சுது. பெத்தவாரு செட்டியாரும் என் வாசிப்பை ஊக்கு விச்சார். ‘செம்மலர்’, ‘தாமரை’, ‘சிந்தனைக்களம்’ மாதிரி பத்திரி கைகளை வாசிக்கத் தொடங்கினபிறகு சிறுகதை மேல ஈடுபாடு வந்துச்சு. 13 வயசுக்குள்ள அத்தாவையும் அம்மாவையும் இழந்த எனக்கு என் வாழ்க்கையே ஒரு சிறுகதை மாதிரி இருந்துச்சு. அதை எழுதி மேலூர் வி.கலைமகன்னு ஒரு எழுத்தாளர்கிட்ட காமிச்சேன். அவர் அதை பழ.நெடுமாறன் நடத்திக்கிட்டிருந்த ‘தென் செய்தி’ பத்திரிகைக்கு அனுப்பினார். அந்தக்கதை பிர சுரமாச்சு. கொஞ்சம் மிகையுணர்ச்சி மிக்க, முதிர்ச்சியில்லாத கதையா இருந்தாலும் என்னை அடுத்த கட்டத்துக்கு நகர்த்தினது ‘மூன்றுபேருமா நான்தான்’ங்கிற அந்தக் கதைதான்.

‘குராயூர் எரியீட்டி’ன்னு ஒரு எழுத்தாளர். அக்கறையுள்ள மனி தர். அவர் நூலகத்தில 20 ஆயிரத்துக்கும் மேற்பட்ட இடதுசாரி இலக்கியங்கள் இருக்கு. அங்கதான் கார்க்கி, டால்ஸ்டாய், தாஸ் தாய்வ்ஸ்க்கி, மார்க்ஸ், மாவோ, லெனின் எல்லாரும் அறிமுகமா னாங்க. அவர்களை வாசிக்க வாசிக்க... என் எழுத்தோட தன்மை மாறுச்சு. நிறைய சிற்றிதழ்களுக்கு எழுத ஆரம்பிச்சேன்.

சின்ன வயசுல இருந்தே சினிமா மேல ஆர்வம் அதிகம். கண் ணதாசனுக்குப் பிறகு, என்னை புரட்டிப் போட்டவர் இயக்குனர் மகேந்திரன். அவருடைய படங்கள்ல என் காயங்களுக்கு மருந்து இருந்துச்சு. என் வாழ்க்கைக்கு பாடம் இருந்துச்சு. ‘எனக்குத் திரு மணமாகி, ஆண் குழந்தை பிறந்தா மகேந்திரன் பெயரைத்தான் வைக்கணும்’னு முடிவு பண்ணிட்டேன். இரண்டும் பெண் குழந் தைகளாயிட்டதால மூத்தவளுக்கு, ‘ஜாஸ்மின்’னு பேர் வச்சேன். மகேந்திரனோட மனைவி பேரு. இளையவளுக்கு என் அம்மா நினைவா ரோஜான்னு வச்சேன். மனைவி மெகர்தாஜ், என் மாமா பொண்ணு. என்னைவிட 12 வயசு சின்னவ. ஆனா என்னைவிட முதிர்ச்சியானவ. எனக்குத் தாயாவும் இருக்கா.

இப்போ பழக்கடையோட சேத்து ஜூஸ் கடையும் திறந்திருக்கோம். மேலூர்ல ஃப்ரூட் மிக்சரை அறிமுகப்படுத்துனது நான்தான். வாழைப்பழம், ஆப்பிள், திராட்சை, மாதுளை, அன்னாசிப்பழமெல்லாம் போட்டு செய்யிற வித்தியாசமான பழரசம். எங்க கடை ஃப்ரூட் மிக்சருக்கும், சர்பத்துக்கும் ஏகப்பட்ட ரசிகர்கள் உண்டு. இப்போ கடை நிர்வாகம், செட்டியாரோட மகன் குணசேகரன். 'பராசக்தி' படத்தோட கதாநாயகன் பெயர். ரொம்ப உற்சாகமான மனிதர். இலக்கிய கூட்டங்களுக்குப் போகணும்னா விடுமுறையோட செலவுக்குப் பணமும் தந்து அனுப்பி வைப்பார். மேலாண்மை பொன்னுச்சாமி, சின்னப்ப பாரதி, பௌத்த அய்யனார், 'காவல்கோட்டம்' வெங்கடேசன்னு பல ஆளுமைகள் எங்க கடைக்கு வந்து, ஃப்ரூட் மிக்சரை ருசிச்சபடியே இலக்கியம் பேசுறதுண்டு.

இஸ்லாமிய மக்களோட வாழ்க்கையை களமா வச்சு ஒரு நாவல் எழுதவும் திட்டம் வச்சிருக்கேன். கீரனூர் ஜாகீர்ராஜா, தோப்பில் முகமது மீரான்னு இதுல சில முன்னோடிகள் இருக்காங்க. ஆனா நான் சர்ச்சைகளை அணுகப் போறதில்லை. பண்பாட்டையும், இஸ்லாமிய மக்கள் கடந்து வந்திருக்கிற வரலாற்றையும்தான் பேசும்.

'வயசு *53* ஆயிடுச்சு... சொந்தமா ஒரு தொழில் செய்யாம இன்னமும் ஜூஸ் கடையிலயே காலத்தை ஓட்டுறியேப்பா'ன்னு நண்பர்கள் வருத்தப்படுவாங்க. இதுவரைக்கும் என் மனைவியோ, பிள்ளைகளோ இதுபத்தி கவலைப்பட்டதில்லை. ஜாஸ்மின் எம்.காம், எம்.ஃபில் முடிச்சுட்டா. ரோஜா எம்.ஏ முடிச்சுட்டு பி.எட் பண்ணிக்கிட்டிருக்கா. குடும்பத்தைப் பொறுத்தவரை தேவை அதிகமில்லை. ஆனா, எழுத வேண்டிய தேவை நிறைய இருக்கு!"

13

களந்தை பீர்முகமது

இஸ்லாமிய சமூகத்தின் வாழ்வியலை நுட்பமாக பதிவுசெய்யும் எழுத்துகளில் களந்தை பீர்முகமதுவின் இலக்கியம் முதன்மை யானது. உள்ளீடாக நிகழும் முரண்பாடுகளைச் சுட்டி, விமர்சனப் பார்வையோடு நடுநிலையாடுகிற பீர்முகமது, தான் எழுதிய முதல் சிறுகதையின் மூலமாகவே பெரும் அதிர்வை உருவாக்கியவர். ‘இன்றைய கண்ணாடியும் நாளைய முகங்களும்’, ‘சுழல்’, ‘சிலுக்கு ஸ்மிதாவும், சுலைமான் ஹாஜியாரும்’, ‘பிறைக்கூத்து’ ஆகிய சிறு கதை நூல்கள் தமிழின் பிரதான எழுத்தாளனாக பீர்முகமதுவை முன்னிறுத்துகின்றன. ‘இஸ்லாமிய சிறுகதைகள்’, ‘சலாம் இஸ்லாம்’ ஆகிய தொகுப்பு நூல்கள் மூலம் உலகார்ந்த இஸ்லாமிய படைப்பா ளுமைகளை தமிழுக்கு அறிமுகப்படுத்தியவர். நெல்லை மாவட்டம் களக்காட்டைச் சேர்ந்த பீர்முகமது, சென்னையில் புரொபஷனல் கூரியர் நிறுவனத்தில் புக்கிங் கிளார்க்காக பணிபுரிகிறார். 53 வயதி லும் சென்னை நகரத்து ‘பேச்சிலர்’ வாழ்க்கையை சுகிக்கும் இவர், பார்த்த நொடியிலேயே மனதுக்கு நெருக்கமாகிறார்.

“களக்காட்டுக்காரங்க எல்லாரும் பேருக்குப் பின்னால ஊர் பேரை போட்டுக்கிறதை விரும்புவாங்க. நானும் அப்படித்தான். இப்படித்தான் வாழப்போறோம்னு என்கிட்ட எந்த திட்டமும் எப்பவும் இருந்ததில்லை. தோல்வியடைஞ்ச காதலால நெஞ்சு பொசுங்கி, 35 வருஷத்துக்கு முன்னாடி எப்படி சென்னைக்கு

வந்தேனோ, அதே மனநிலையிலதான் இப்பவும் இருக்கேன். இன்னைக்கு இது நிரந்தரம், நாளைக்கு எதுவோ... இப்படியான எண்ணம்தான் இந்த நிமிஷத்தில என்னை உற்சாகமா செயல்பட வைக்குது.

வாப்பா அப்துல் ரகுமான், பர்மாவில் இருந்தவர். இரண்டாம் உலகப்போர் சூழ்ந்த காலத்தில் நடந்தே இங்க வந்தவர். பக்திமான். தீவிரமான தொழுகையாளி. கேரளாவில தங்கி சைக்கிள்ல போய் ஜவுளி வியாபாரம் செஞ்சார். மாசத்துல ஒருநாள் வீட்டுக்கு வரு வார். அப்பாவோட அருகாமை எனக்கு அபூர்வம். எல்லாமே உம்மா சின்னபாத்திமாதான். உம்மாவ பாக்கும்போதெல்லாம் அழுகையா வரும். அவங்கபட்ட துயரத்தை வார்த்தைகளால சொல்லமுடியாது. மொத்தம் 8 பிள்ளைகள். எனக்கு முன்னாடி பிறந்த 4 அண்ணன்களும் அடுத்தடுத்து இறந்துபோனாங்க. இறந்த பிள்ளைகளுக்காக உம்மா அழுத அழுகையும், மிஞ்சியிருக்கிற பிள் ளைகளைக் காக்க துடிச்ச துடிப்பும் இப்பவும் என் கண்ணுக்குள்ளயே நிக்குது.

நான் அஞ்சாவது படிச்சுக்கிட்டிருந்த நேரம். திடீர்னு நெல் லையை ஒரு பஞ்சம் புரட்டிப் போட்டுச்சு. அன்னாடங்காச்சி தொட்டு, ஆண்டைகள் வரைக்கும் எல்லாரையும் அரிசிச் சோத்துக்கு அலைய வச்சிடுச்சு. அரிசிக்கு மாற்றா அரசாங்கம் கோதுமை கொடுத்துச்சு. கோதுமைக் கஞ்சி எனக்கு ஒத்துக்கலே. வயித்து வலி. மச்சான் – அதாவது எங்க அக்கா வீட்டுக்காரர் – திருச்செந்தூர்ல ஓட்டல் நடத்தினார். அதுக்குப் பக்கத்திலேயே ஆஸ்பத்திரி. அங்கே போனா கொஞ்சம் நல்லசோறு கிடைக்கும். வயித்துவலி வந்தா பாத்துக்க பக்கத்துலேயே ஆஸ்பத்திரியும் இருக் குன்னு உம்மா என்னை அங்கே அனுப்பி வச்சிருச்சு.

வாப்பா, உம்மாவுக்குப் பிறகு மச்சான்தான் எனக்கு எல் லாம். பள்ளிக்கூட நேரம் போக ஓட்டல்ல சப்ளை செய் வேன். தண்ணியடிச்சாருவேன். மச்சான் என்னையும் ஒரு பிள்ளையா பாத்துக்கிட்டார். ஓட்டலுக்கு எதிர்ல ஒரு முட்டாய்க்கடை. அதுல மாஸ்டரா இருந்த சுடலையண்ணாச் சிதான் எனக்குள்ள எழுத்தை விதைச்சவர். அந்தக் கடை கம்யூனிஸ்ட் கட்சி அலுவலகம் மாதிரி. 'ஜனசக்தி', 'தாமரை', 'செம்மலர்'னு ஏகப்பட்ட பத்திரிகைகள் அங்கே வரும். தோழர் களோட பேச்சும் போர்க்குணமும் எனக்கு பிடிச்சுப் போச்சு. மாணவர் பெருமன்றத்துல சேந்துட்டேன்.

இயக்கத் தொடர்பு வளர வளர... வாசிப்பு தீவிரமாச்சு. ஆனா, இலக்கிய அனுமானங்கள் கொண்ட வாசிப்பில்லை. ஒரு தாகம்; அவ்வளவுதான். பத்தாம் வகுப்புலதான் என் வாழ்க்கையை புரட்டிப்

போட்ட அந்த சம்பவம். தூரத்து உறவுக்காரி ஒருத்தி மனசுக்குள்ள புகுந்துட்டா. கவிதையும் காதலுமா காலம் ஓடுச்சு. ஆதித்தனார் கல்லூரியில பியூசி முடிச்சபிறகு, என்கூட படிச்ச நண்பர்கள் பலரும் நல்ல நல்ல வேலைகளுக்குப் போனாங்க. 'வேலைக்குப் போனா காதல் விலகிடுமோ'ங்கற பயத்துல வந்த வாய்ப்புகளை எல்லாம் உதறிட்டு ஓட்டல்லயே இருந்துட்டேன்.

காதல் கசிஞ்சு வெளியில வந்தப்போ, பலத்த எதிர்ப்பு. பிரச்னை, நான் ஏழைங்கிறதால இல்லை; கம்யூனிஸ்ட்ங்கிறதால! மச்சானும் நிறைய முயற்சி செஞ்சாரு. பொண்ணு வீட்டுல ஒத்துக்கல. காதல் இல்லைன்னு ஆனவுடனே, வீட்டுல பரபரப்பா பெண் பாக்கத் தொடங்கினாங்க. ஆனா எனக்கு திருமணம் மட்டு மில்லாம வாழ்க்கையும் வெறுத்துப்போச்சு. யாருக்கும் சொல்லாம சென்னை கிளம்பி வந்துட்டேன்.

உயிரைக் கொடுக்கிற நண்பர்களும், அன்பைக் கொட்டுற உற வுகளும் எனக்கு மிகப்பெரிய கொடுப்பினை. பீர்முகமதுன்னு ஒரு நண்பன், 'வேலை கிடைக்கிற வரைக்கும் என்கூடவே இருடா'ன்னு வச்சுக்கிட்டான். 6 மாதம் அவன் சாப்பாடுதான். அதுக்குப்பிறகு ஒரு லுங்கி கம்பெனியில வேலை கிடைச்சுச்சு. வீட்டு மேல இருந்த கோபமும், காதலால ஏற்பட்ட வலியும் கொஞ்சம் குறைஞ் சுச்சு. வாங்குற சம்பளத்தை உம்மாவுக்கு அனுப்பிட்டு நிம்மதியா இருந்தேன். கூட வேலை பார்த்த இஸ்மாயில்னு ஒரு நண்பர் பல தருணங்கள்ல எனக்கு ஆறுதலா இருந்தார். பெரியவங்க அனுமதியோட அவரோட தங்கை மரியம்பீமாவை கல்யாணம் பண்ணிக்கிட்டேன். அவங்க ஊரு ஆழ்வார் திருநகரி. அங்கேயே குடும்பத்தை வச்சுட்டு சென்னைக்கு வந்துட்டேன்.

இதுதான் என் தொழில்னு சொல்லிக்க இன்னைக்கு வரைக்கும் எதுவும் இல்லை. அதுபத்தி நான் கவலைப்பட்டதும் இல்லை. நான் எழுத்தாளன். அதுதான் எனக்கு அடையாளமே ஒழிய,

வெ.நீலகண்டன்

என் தொழில் இல்லை. கைலி கம்பெனியில இருந்து பேட்டரி கம்பெனிக்கு மாறுனேன். அங்கிருந்து தோல் கம்பெனி. அங் கேதான் என் எழுத்து வாழ்க்கை தொடங்குச்சு. கவிஞனாவும், தீவிர வாசிப்பாளனாவும் இருந்த என்னை சிறுகதை எழுத்தா ளனா மாத்துனவ என் தோழி. வாழ்க்கையை தொலைச்ச ஒரு இஸ்லாமிய சமூகத்துப் பெண் எதிர்கொள்ற துயரங்களை கண் ணால பாத்து எழுதத் தொடங்குனேன். சிறுகதையும் இல்லாம, நாவலாவும் இல்லாம மனம்போன போக்குல எழுதப்பட்ட அந்தக் கதையை 'தாமரை'யில பிரசுரம் செஞ்சாங்க. அந்தக்கதை பெரும் சலசலப்பை உருவாக்குச்சு. 'இலக்கிய சிந்தனை' அந்த வருடத் தோட சிறந்த கதையா தேர்வு செஞ்சு பரிசு கொடுத்தாங்க. தி.க.சி., வல்லிக்கண்ணன்,தொ.மு.சி.ரகுநாதன் மாதிரி பெரிய பெரிய ஆளுமைகள் கூப்பிட்டுப் பாராட்டினாங்க. அந்த உத்வேகத்துல தீவிரமா எழுதத் தொடங்குனேன். சிற்றிதழ்கள், வெகுஜன இதழ் கள்னு பாகுபாடு இல்லாம எழுதுனேன்.

புரொபஷனல் கூரியர் நிறுவனத்துக்கு வந்து 10 வருஷமாச்சு. வாங்குற சம்பளத்துல பாதியை வீட்டுக்கு அனுப்புவேன். மீதி என் செலவுக்கு. விடுமுறை நாட்கள்ல எழுத்து, இலக்கியக் கூட்டங்கள். என் வாழ்க்கைதான் களம். என் மக்களோட மகிழ்ச்சி, சோகம், கொண்டாட்டம், போராட்டம்... இதையெல்லாம் எந்த சமரசமும் இல்லாம எழுதுறேன்.

வாழ்க்கையில சிரமம் இல்லைன்னு சொல்லமாட்டேன். ஆனா சிக்கனமா இருக்கப் பழகிட்டோம். என் இயல்பைப் புரிஞ்சுக்கிட்ட மனைவி. பையன் அப்துல் ரகுமான், ஏரல் பகுதியில கவரிங் நகை வியாபாரம் செய்யிறான். பொண்ணு நிலோவ்னாக்கு திருமணம் முடிஞ்சிருச்சு. பெரிசா கடமைகள் ஏதுமில்லை. என் கிராமத்தை களமா வச்சு ஒரு நாவல் எழுதணும்னு ஆசை இருக்கு. ஆனா, நாவல் வடிவம் இன்னும் எனக்குக் கைகூடலே. நிறைய கத்துக்க வேண்டியிருக்கு..."

சக்தி அருளானந்தம்

அனுபவம் சார்ந்த அதிர்வுகளை வார்த்தைகளாக மொழி மாற்றம் செய்பவை சக்தி அருளானந்தத்தின் கவிதைகள். பெண்களை வெறும் பாலியல் பண்டமாக சுட்டும் பண்பாட்டின் மீது அழுத்தமான கேள்விகளை எழுப்பும் சக்தி, எழுத்தின் வழி அதற்கு எதிர்வினையாற்றுகிறார். 'இருண்மையிருந்து...', 'பறவைகள் புறக்கணித்த நகரம்' ஆகிய கவிதை நூல்கள் வழி பெரிதும் கவனம் பெற்றவர். பெண்களின் துயரத்தையும், வாழ்வின் ஏமாற்றங்களையும் களமாகக் கொண்டவை சக்தியின் படைப்புகள்.

சேலத்தை ஒட்டிய கிராமத்தில், ரிப்பேரான மிக்சிகளும் ஃபேன்களும் குவிந்து கிடக்கிற சிறிய கடையொன்றில், 'சால்டரிங்' புகைக்கு மத்தியில் விடுபட்ட வயரை பற்ற வைத்துக்கொண்டிருக்கிற சக்திக்கு அவ்வூர் மக்கள் வைத்திருக்கும் புனைப்பெயர் 'மெக்கானிக் அக்கா'.

"இந்த சமூகத்துல ஒரு பெண் யாரையும் சார்ந்தில்லாம தனிச்சு வாழுறது சாத்தியமில்ல. ஆண்மேல படர்ந்து மட்டுமே ஜீவிக்கக் கூடிய கொடியா பெண்ணை சித்தரிச்சு வச்சிருக்கு நம்ம சமூகம். ஆனா நான் எதிர்மறையான பொண்ணு. சின்னவயசுல இருந்தே பெண்களுக்கு உரிய நளினமும், விருப்பமும் எனக்கு இருந்ததில்லை. காரணம், நான் வாழ்ந்த சூழ்நிலை அப்படி...

76 எமக்குத் தொழில் எழுத்து

அப்பாவுக்கு என் அம்மா ரெண்டாவது மனைவி. மொத்தம் 7 பிள்ளைகள். எனக்கு விபரம் தெரியிறதுக்கு முன்னாடியே அக்காவுக்கு திருமணம் ஆயிடுச்சு. நான் ஒன்பதாம் வகுப்பு படிக்கும்போது அம்மா இறந்துட்டாங்க. 4 தம்பிக்கும், 1 தங்கைக்கும் நானே தாயா வாழ வேண்டிய நிர்ப்பந்தம்.

அப்பாவை எப்படி அறிமுகப்படுத்துறதுன்னு குழப்பமா இருக்கு. தீவிரமான வாசிப்பாளி. வீடு நிறைய புத்தகங்களா குவிச்சு வச்சிருப்பார். அதே நேரம், எந்த சூழல்லயும் எங்களுக்கு பொறுப்பான அப்பாவா அவர் நடந்துக்கிட்டதில்ல. சோக்காளி மனுஷன். முன்கோபி. வார்த்தைகளோட வீரியம் தெரியாதவர். பளீர்னு ஒரு சொல்லைச் சொல்லிட்டு போயிக்கிட்டே இருப்பார். அந்த வார்த்தை இதயத்தைக் குத்திக் கிழிச்சு ரணமாக்கிடும். அடுத்த நிமிஷம் இயல்பா பேசுவார்.

சொந்த லாரி வச்சு, செவ்வாப்பேட்டை லீ பஜார்ல ஓஹோன்னு தொழில் பண்ணிக்கிட்டிருந்தவர். தவறான சினேகிதங்கள், தேவையில்லாத செலவுகளால சீக்கிரமே நொடிச்சுப் போயிட்டார். சாப்பாட்டுக்கே தடுமாறி நின்னப்போ, ஒரு நண்பர் உதவிக்கு வந்தார். ‘தஞ்சாவூர் பக்கத்துல என்னோட நிலம் இருக்கு. போய் விவசாயம் செஞ்சுக்கோ’ன்னு சொன்னார். எல்லாரும் கிளம்பி தஞ்சாவூருக்குப் பக்கத்தில இருக்க காடுவகுடி கிராமத்துக்கு போயிட்டோம்.

அம்மா ரொம்ப பொறுமைசாலி. கஷ்டங்களை வெளிக்காட்டாம எங்களை வளத்தார். பள்ளிக்கூடம் போனதில்லை. ஆனாலும் அப்பா வாங்கிக் குவிச்சு வச்சிருக்கிற புத்தகங்கள் மேல அவங்களுக்கு நிறைய ஈடுபாடு உண்டு. அந்தப் புத்தகங்களை வாசிக்கச் சொல்லி கேட்பாங்க. அப்படித்தான் எனக்கு ஜெயகாந்தனும் சரத்சந்திரரும் காண்டேகரும் அறிமுகமானாங்க. சில நேரம் கதைகளைக் கேட்டு அம்மா அழுவாங்க. எனக்கு காரணம் புரியாட்டியும், எழுத்துக்குள்ள ஏதோ மனதை பாதிக்கிற அளவுக்கு அழுத்தம் இருக்குன்னு புரிஞ்சுது.

வெ.நீலகண்டன் 77

அம்மாவோட இறப்பு என்னை மிகப்பெரும் தனிமையிலயும், விரக்தியிலயும் தள்ளிடுச்சு. பள்ளிக்கூடம் போக முடியலே. அப்பா எப்பவாவது வந்து செலவுக்கு பணம் தருவார். தம்பிகளும் படிப்பை விட்டுட்டு ஆளுக்கொரு வேலைக்குப் போயிட்டாங்க. தங்கை மட்டும் பள்ளிக்கூடம் போனா. அம்மாவை இழந்த ஏக்கத்தையும் தவிப்பையும் வாசிப்புதான் தீர்த்து வச்சுச்சு. ஜெயகாந்தன், அகிலன், நா.பார்த்தசாரதி, மு.வ.ன்னு பல படைப்பாளிகளை வாசிச்சேன். அவங்க கதைகள்ல வர்ற ஆண்கள் ரொம்ப நல்லவங்களாவும், அடுத்தவங்களை காயப்படுத்தாதவங்களாவும் இருந்தாங்க. ஆனா யதார்த்தம் வேறு மாதிரி இருந்துச்சு. எல்லா ஆண்களும் அப்பாவோட பிம்பங்களா தெரிஞ்சாங்க. அடுத்த வீடு, எதிர் வீடுன்னு எல்லா வீட்டுலயும் ஆண்களுக்கும், பெண்களுக்குமான பந்தம் முரண்பட்டதாவே இருந்துச்சு.

அந்த வாழ்க்கை மேல மிகப்பெரிய கேள்விகளை எழுப்புச்சு வாசிப்பு. ஆணைச் சாராம ஒரு பெண் சுயமா வாழவே முடியாதா? பெண் பிறக்கிறதே ஆணுக்குச் சேவகம் செஞ்சு செத்துப் போறதுக்குத்தானா? எங்களுக்குன்னு தனியா ஒரு வாழ்க்கையே இல்லையா? உறுதியா ஒரு முடிவெடுத்தேன்... திருமணமே செஞ்சுக்கக்கூடாது! முந்தாநாள் என் பாட்டிக்கு நேர்ந்தது நேத்து என் அம்மாவுக்கு; நேத்து என் அம்மாவுக்கு நேர்ந்தது இன்னைக்கு எனக்கு; எனக்கு இன்னைக்கு நேர்ந்தது நாளைக்கு என் மகளுக்கு... இதை ஏன் என்னோட முடிவுக்குக் கொண்டு வரக்கூடாது? தீர்மானமா முடிவெடுத்துட்டேன். தோடு, வளையல், கொலுசு எதுவும் போட்டுக்கறதில்ல. பொட்டு கூட வச்சுக்கிறதில்லை. ஆண் பிள்ளை மாதிரி திரிஞ்ச என்னை உறவுக்காரப் பெண்கள் கிண்டல் பண்ணுவாங்க. அருள்மொழிங்கிற என்பேரை 'அருளானந்தம்'னு மாத்திக் கூப்பிடுவாங்க. பெயரின் வழியா நான் ஒரு ஆண் பிம்பம் ஆகுறதை உள்ளுக்குள்ள ரசிச்சேன். இன்னைக்கு அதையே என் பெயரா பிரகடனப்படுத்திக்கிட்டேன்.

"சரி... உன் எதிர்காலம் என்னாகிறது"ன்னு உறவுக்காரங்க கேட்டாங்க. "தம்பிகள் பாத்துக்குவாங்க"ன்னு சிறுபிள்ளைத்தனமா பதில் சொன்னேன். அப்படியே நம்பவும் செஞ்சேன். யதார்த்தம் புரியாத வயசில்லையா?

தஞ்சாவூர்ல தண்ணிப் பிரச்னை தலையெடுத்த நேரம். அப்பாவால விவசாயம் செய்ய முடியல. திரும்பவும் சேலம் வந்தோம். அப்புறம்தான் எனக்கு யதார்த்தம் உறைக்கத் தொடங்குச்சு. எவ்வளவு காலத்துக்கு தம்பிகளை எதிர்பார்க்க முடியும்? அவங்களுக்குன்னு ஒரு வாழ்க்கை வந்துட்டா உறவுகளுக்குள்ள தேவையில்லாத சங்கடங்கள் வருமே? பொருளாதாரரீதியா

சுயசார்புல நிக்கணும்ங்கிறதை புரிஞ்சுக்கிட்டேன். அப்போ பெண்களுக்கான தொழில்னா, டைப்ரைட்டிங், தையல்தான். ரெண்டையும் கத்துக்கிட்டேன். வேலைக்குப் போகலாம்னு நினைச்ச தருணத்தில, பக்கத்து வீட்டுக்காரங்க நடத்துன எலெக்ட்ரிகல் கடைக்கு வேலைக்குக் கூப்பிட்டாங்க. அங்க பெண்களுக்கு என்ன வேலை இருந்துடும்? 'சரி... பாக்கலாமே'ன்னு போனேன். முதல்ல ஸ்பேர் பார்ட்ஸ் விற்பனைதான். அங்கே லோப்ஸ்னு ஒரு ஆங்கிலோ இண்டியன் மெக்கானிக் இருந்தார். அவர்கிட்ட தொழிலைக் கத்துக்கிட்டேன்.

20 வருஷமாச்சு... இப்போ அதே கடையில சர்வீஸ் உமனா வேலை செய்யிறேன். மிக்சி, கிரைண்டர், ஃபேன், அயர்ன்பாக்ஸ்னு எல்லா பொருட்களையும் சர்வீஸ் பண்ணுவேன். என் பெரிய தம்பி வீட்டுல தங்கியிருக்கேன். அந்தக் குடும்பம்தான் என் உலகம். என் தேவைகளுக்கு சம்பாதிக்க ஆரம்பிச்ச பிறகு, எழுத்துல கவனம் செலுத்தினேன். சேலத்துல 30க்கும் மேற்பட்ட இலக்கிய அமைப்புகள் இருக்கு. கூட்டங்களுக்குப் போவேன். சூர்யநிலா, பாபு, கார்த்திகேயன்னு இலக்கிய நண்பர்கள் கிடைச்சாங்க. கவிஞர் பொன்.குமார் மூலமா சிற்றிதழ்களோட பந்தம் கிடைச்சுச்சு. பெண்ணுரிமை, சுற்றுச்சூழல், பொதுவுடமை சார்ந்து என் படைப்புகளை வடிவமைச்சுக்கிட்டேன்.

சிறுவயதிலேயே ஓவியங்கள் வரையப் பிடிக்கும். வேதனையான தருணங்கள்ல என்னோட பிம்பங்களையே நான் வரைஞ்சுக்கிறதுண்டு. ஓவியர் சராஜ் என் ஓவியங்களைப் பாத்துட்டு நவீன தூரிகையை அறிமுகப்படுத்தினார். அதுல ஒரு தனித்தன்மையை வளர்த்துக்க முயற்சி செய்யிறேன். என் ஓவியங்கள் பெண் வதைகளைத்தான் பிரதானமா பேசும்!"

ஸ்ரீதர கணேசன்

தலித் உரைநடை இலக்கியத்தில் ஸ்ரீதரகணேசனுக்கு என்று ஒரு தனித்துவம் உண்டு. அடித்தட்டு மக்களின் புழங்கு மொழியை அதன் தன்மை மாறாமல் படைப்புகளில் இழை யோட விடுகிற இப்படைப்பாளி, கற்றல் குறைபாடு உடையவர். தனது தொடர்ந்த வாசிப்பால் அக்குறைபாட்டை வென்றவர். தலித்களின் சுயமரியாதைக்கான போராட்டங்களையும், ஒடுக் குமுறைகளையும் தன் அனுபவ முதிர்ச்சியின் பின்புலத்தோடு படைப்பாக்குபவர். ‘உப்புவயல்’, ‘சந்தி’, ‘வாங்கல்’, ‘அவுரி’, ‘மீசை’, ‘விரிசல்’, ‘சடையன்குளம்’ ஆகிய நூல்கள் மூலம் தமிழ் இலக்கியத்தளத்தில் தன்னை ஆழப்பதிவு செய்துள்ள இவர், தூத்துக்குடி கல்லூரியொன்றில் செக்யூரிட்டியாக பணிபுரிகிறார்.

“எங்களுக்கு சொந்த ஊர் மணப்பாடு. அப்பா பலவேசம், பிளாஸ்டர் ஆப் பாரீஸ், டெரகோட்டா பொம்மை செய்வதில் புகழ்பெற்றவர். அம்மா லெட்சுமி. அப்பாவையும் அம்மாவையும் பத்திச் சொல்ல நிறைய இருக்கு. அப்பா, பெரிய சுகவாசி. வெள்ளை உடை கசங்காம திரியிறவர். கிறிஸ்தவ கோயில்கள்ல நிறைய வேலைகள் வரும். ஆனா எந்த சிலைக்கும் காசு வாங்க மாட்டார். கேட்டா, ‘கலையை காசாக்கக் கூடாது’ம்பாரு. அவ ரோட வெள்ளாடைக்கு வெளுப்புப் போடக்கூட அவரால வரு மானம் கிடையாது.

எல்லா சுமையும் அம்மா தலையிலதான். நாங்க நாலு பிள்ளைகள். வாழ்நாள் முழுவதும் நூற்பாலையிலயே கிடந்து நஞ்சுபோன மனுஷி. என் எல்லா நாவல்கள்லயும் அம்மா ஒரு கதாபாத்திரமா நுழையிறதை என்னால தடுக்க முடியாது. திராவிட இயக்கத்துல அம்மாவுக்கு தீவிர பற்று உண்டு. பூ, பொட்டுகூட வைக்க மாட்டாங்க. பெண்கள் வீட்டைவிட்டு வெளியே வர்றதே பெரிசா இருந்த நேரத்தில, போராட்டங்களுக்குப் போய் முன்னாடி நின்னு கொடி பிடிப்பாங்க. படிச்சது கொஞ்சம்தான்னாலும், பத்திரிகைகள், தொழிற்சங்க புத்தகங்கள் எல்லாம் வாசிப்பாங்க.

நான் சிறுவயசுல இருந்தே தட்டழிஞ்ச பயலாத்தான் வளந்தேன். கற்றல் குறைபாடு வேற. போன நொடியில படிச்சது, இந்த நொடியில நினைவிருக்காது. என் தம்பிகள் அப்படியில்லை. எனக்குப் பின்னாடி சேந்து, எனக்கு முன்னாடி போயிட்டாங்க. ‘உன் தம்பிங்க காலை கழுவிக்குடிச்சாக் கூட உனக்கு புத்தி வராதுடா’ன்னு திட்டுவாரு வாத்தியாரு.

ஏழாம் வகுப்பில் இரண்டாவது முறை ஃபெயிலானதும் படிப்புக்கு முற்றுப்புள்ளி விழுந்துட்டது. ஹாஸ்டல்ல இருந்து மூட்டை, முடிச்சைக் கட்டிக்கிட்டு வீட்டுக்கு வந்துட்டேன். எல்லாரும் திட்டினாங்க. ‘பள்ளிக்கூடம் போகச் சொன்னா வீட்டை விட்டு ஓடிருவேன்’னு மிரட்டுனேன். அடங்கிட்டாங்க. கொஞ்ச நாள் சும்மாவே திரிஞ்சேன். ‘ஏண்டா வெத்தா சுத்துறே, என்கூட வந்து கலையைக் கத்துக்கோ’ன்னு அப்பா சொன்னார். அவருக்குக் கையாளா சேந்தேன். ஆனா, அம்மாவுக்கு விருப்பமில்லை. ‘அஞ்சு காசுக்கு பிரயோசனம் இல்லாத அந்தத் தொழிலு உன் அப்பனோட போகட்டும். நீயும் தட்டழிஞ்சு போயிறாதே...’ன்னு திட்டுச்சு. கொஞ்ச நாள் சித்தாளு வேலைக்குப் போனேன். கல்லும், மண்ணும் சுமக்கிற வேலை நம்ம உடல்வாகுக்கு சரிப்படலே.

தூத்துக்குடி, நெல்லை மாவட்டத்துல வசிக்கிற பெரும்பாலான தலித்களுக்கு கருவாட்டு கம்பெனிகள்தான் வாழ்வாதாரம். பெரிசு பெரிசா மீன்களைக் குவிச்சு வச்சிருப்பாங்க. வெட்டி, உப்பு வச்சு காய வைக்கணும். நல்லா காசு புழங்குற வேலை. கொஞ்சநாள் அங்கேயும் வேலைக்குப் போனேன். அதுவும் ஒத்து வரல.

யாருகிட்டயும் சொல்லாம மதுரைக்கு ஓடிட்டேன். நான் நினைச்சதை விட மதுரை பெரிசு. எந்த திக்குல போறதுன்னு தெரியலே. ஒருநாள் ராத்திரி முழுவதும் மீனாட்சியம்மன் கோயில் திண்டுல உக்காந்திருந்தேன். ஒருத்தர் என்னைக் கூப்பிட்டு விசாரிச்சு, டீயும் பன்னும் வாங்கிக் கொடுத்து, ஒரு மரக்கடையில வேலைக்குச் சேத்துவிட்டார்.

மூணு நேரம் சாப்பாடு... சினிமாவுக்குப் போக காசு... அந்த வயசுல இதுக்குமேல என்ன வேணும்..? ஏகபோகமா வாழ்க்கை ஓடுச்சு. வீட்டில அங்கேயிங்கே தேடிப் பாத்துட்டு, என்னைக் கை கழுவிட்டாங்க. ஆனா மதுரையும் சீக்கிரமே கசந்துபோச்சு. வீட்டு ஞாபகம் வந்துச்சு. எப்படி தூத்துக்குடியில இருந்து சொல்லாம கிளம்பி வந்தேனோ, அதேமாதிரி மதுரையில இருந்தும் கிளம்பிட் டேன். 'காணாமப் போன பய திரும்பி வந்துட்டான்'னு எல்லாரும் சந்தோஷப்பட்டாங்க. அம்மா மட்டும் ரொம்பவே கவலைப்பட் டாங்க. தம்பிகள் எல்லாம் நல்லாப் படிச்சு மேற்படிப்புகளுக்குப் போயிட்டாங்க. நான் மட்டும் இப்படி தத்தியா சுத்துறேனேன்னு கவலை. அவங்க வேலைபாத்த தூத்துக்குடி ஸ்பின்னிங் மில்லுலயே சேத்துவிட்டாங்க.

நூற்பாலை வேலை சாதாரணமில்லை. காத்தோட காத்தா பஞ்சும் மூக்குல ஏறிடும். ஆஸ்துமா வந்தா ஆயுசுக்கும் போகாது. வெக்கை வேற. ஆனாலும் இதுதான் வாழ்க்கைன்னு முடிவு பண் ணிட்டேன். அம்மாவோட சேந்து நானும் தொழிற்சங்க வேலை கள்ல இறங்குனேன். கம்யூனிசம் சார்ந்த புத்தகங்கள், இதழ்கள் படிக்கிற வாய்ப்புக் கிடைச்சுச்சு. தொழிற்சங்கம் மூலமா இலக்கிய நண்பர்கள் பரிச்சயம் கிடைச்சுச்சு. தூத்துக்குடியில மூப்பனார்னு ஒரு வக்கீல் இருந்தார். அவர் படிச்ச புத்தகங்களை வச்சு ஒரு நூலகம் உருவாக்கியிருக்காங்க. அங்கேதான் எனக்கு நாவல்களும் சிறுகதைகளும் அறிமுகமாச்சு.

சரியா படிக்காததால அவமானங்களை சந்திச்சவன் நான். படிப்புங்கிறது பள்ளிக்கூடத்தில படிக்கிறது மட்டும்தானா? காலம் எவ்வளவோ பாடங்களை கத்துக்கொடுக்குது... அதை சரியா கத் துக்கிட்டவங்க எத்தனை பேர்..? நான் கத்துக்கிட்டேன். குடிநீர்ல

இருந்து குடியிருப்பு வரைக்கும் எல்லா விதத்திலயும் ஒடுக்கப்பட்டு, குறுகிப்போய் கிடக்கிற ஒரு சேரியில பிறந்து, பள்ளிக்கூடம் போகாம, முழுசா ஒரு தொழில்ல ஒன்றாம, வழிதவறின ஆட்டுக் குட்டி மாதிரி திரிஞ்சவன். நான் கத்துக்கிட்ட பாடங்களை என் பிள்ளைகளுக்கும், பேரன்களுக்கும், என்னை மாதிரியே நெருக்க டிகளை கடந்து வாழப்போற மக்களுக்கும் சொல்லணுமே! அந்தப் பொறுப்புணர்வுதான் எழுதத் தூண்டுச்சு.

முதல் கதை ‘செம்மலர்’ல பிரசுரமாச்சு. அதுக்குப்பிறகு உற்சாகமா எழுதத் தொடங்குனேன். சிறுகதைகள் லாவகப் பட்ட பிறகு நாவல் எழுத ஆசை வந்துச்சு. அப்போ ராஜம் கிருஷ்ணன் தூத்துக்குடி வந்து, ‘கரிப்பு மணிகள்’ நாவலை எழுதிக்கிட்டிருந்தாங்க. எங்கேயோ இருந்துவந்து ஒருத்தர் நம் மக்களோட கதையை எழுதும்போது நாம ஏன் எழுதக்கூ டாது..? ஒருவருஷ உழைப்புல ‘உப்புவயல்’ நாவலை எழுதி முடிச்சேன். கலை இலக்கியப் பெருமன்றம் நடத்தின போட் டிக்கு அனுப்புனேன். முதல் பரிசு கிடைச்சுச்சு. என்.சி.பி.ஹெச் நிறுவனம் அதை நூலாக்கினாங்க. தமிழக அரசு பரிசும் கிடைச் சுச்சு.

பெரியதாழை கிராமத்துல பரதர்களுக்கும், தலித்களுக்கும் இருந்த இணக்கமான உறவை மையமா வச்சு ஒரு நாவல் எழுத விரும்புனேன். எழுத்துக்கு வேலை தடையா இருந்துச்சு. திடீர்னு ஒருநாள் வேலையை விட்டுட்டு வந்து நின்னேன். அது எனக்கு திருமணமான தருணம். மனைவி உள்பட எல்லாரும் அதிர்ந்து போயிட்டாங்க. ‘6 மாதம் மட்டும் வேலைக்குப் போகாம வீட்டில இருக்கேன். ஒருநாளைக்கு 2 நேரம் சாப்பாடு, 2 டீ, 3 ரூபாய்க்கு சொக்கலால் பீடி போதும் எனக்கு. நாவலை எழுதி முடிச்சுரு வேன்’னு மனைவிகிட்டே சொன்னேன். அதேமாதிரி முடிச்சேன்.

அதுக்குப்பிறகு ஒரு செக்யூரிட்டி ஏஜென்சியில வேலைக்குச் சேர்ந்தேன். இதிலயும் சிக்கல் இருக்கு. லேசா கண்ணசந்தாலும் ஏச்சு. புதுசா ஒருத்தர் உள்ளே புகுந்துட்டா, அசிங்கமா ஏசுவாங்க. கடந்து போறவங்களுக்கு சல்யூட் வைக்கலன்னா மதிக்கமாட்டி யான்னு திட்டுவாங்க. எல்லாத்தையும் சகிச்சுக்கிட்டுத்தான் வேலை செய்யணும். எழுத நேரம் கிடைக்கு. மனசு அமைதியா இருக்கு.

ஏழாம் வகுப்போட படிப்புக்கு முழுக்குப் போட்டு தட்டழிஞ்ச பயலா திரிஞ்ச இந்த ஸ்ரீதரகணேசனோட புத்தகங்கள், இப்போ அஞ்சு பல்கலைக்கழகங்கள்லயும், 3 தன்னாட்சி கல்லூரிகள்லயும் பாடப் புத்தகங்களா இருக்கு. அந்த நினைப்புதான் என்னைத் தீவிரமா எழுதவும் வைக்குது!”

16

எஸ்.செந்தில்குமார்

இசம், அரசியல் போன்ற கிளர்ச்சி தரும் சொற்களுக்கு மயங்காத எழுத்து எஸ்.செந்தில்குமாருடையது. 'வெயில் உலர்த்திய வீடு', 'சித்திரப்புலி', 'விலகிச்செல்லும் பருவம்', 'மஞ்சள் நிறப் பைத்தியங்கள்', 'ஜீ.சௌந்தர்ராஜனின் கதை', 'முறிமருந்து', 'நீங்கள் நான் மற்றும் மரணம்', 'சமீபத்திய காதலி', 'முன்சென்ற காலத்தின் சுவை', 'மழைக்குப்பின் புறப்படும் ரயில்வண்டி' போன்றவை செந்தில்குமாரின் பிரம்மாண்ட பங்களிப்புகள். போடிநாயக்கனூரைச் சேர்ந்த செந்தில்குமார், பாரம்பரியம் மிக்க ஒரு பொற்கொல்லர். மதுரையின் குறுகியதொரு சாலையில், தங்கத் தகட்டின் கருகல் வாடையை சுவாசித்தபடி இயங்கிக் கொண்டிருக்கும் செந்தில் குமார், எழுத்தை ஒரு தவம் போல் மேற்கொள்கிறார். சாமானிய மனிதனின் அல்லாடலை தன் வாழ்க்கையின் உள்ளடக்கமாகக் கொண்ட இவரது பேச்சில், தத்துவார்த்தமான சொல்லாடல்கள் புரண்டோடுகின்றன.

"கல்நகை செய்யிறதுல எங்க அப்பா சுப்பிரமணியன் சமர்த்தர். அவர்தான் எனக்கு குரு, ரோல் மாடல் எல்லாம். கல்நகைகள் செய்யிறதுக்கு நிறைய நிபுணத்துவமும், படைப்புத்திறனும் வேணும். 24 வயசுவரைக்கும் அப்பாவோட நிழல்லயே வளந்தவன் நான். குருவா மட்டுமில்லாம, உற்ற தோழனாவும் இருந்தார்.

86 எமக்குத் தொழில் எழுத்து

 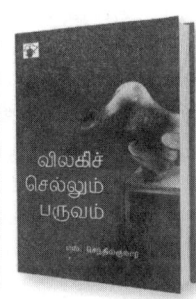  

அப்பாவுக்கு ஆசிரியராகணும்னு ஆசை. ஆனா குடும்பம் இருந்த நிலையில அது கைகூடலே. ரெண்டாம் பாரம் படிக்கும் போதே, ஸ்ரீரங்கத்துல இருந்த உறவுக்காரங்க வீட்டுக்கு பொற்தொழி லைக் கத்துக்க அனுப்பிட்டாங்களாம். வேலை கத்துக்கிட்டு வந்து, போடியில பட்டறை ஆரம்பிச்சு, அயராத உழைப்பால முன்னணி பொற்கொல்லரா பேரெடுத்தார். வார்த்தை சுத்தமும், நாணயமும் அவரை மரியாதைக்கு உரிய மனிதரா மாத்துச்சு.

அம்மா, பி.எஸ்சி. பட்டதாரி. பெரிய பின்னணியுள்ள குடும்பம். அப்பா மேல இருந்த நன்மதிப்பால அம்மாவை திருமணம் செஞ்சு கொடுத்திருக்காங்க. பெரிய குடும்பத்தில இருந்து வந்தாலும், அப் பாவோட குடும்பச் சூழலுக்கு ஏற்ப தன்னை தகவமைச்சுக்கிட் டாங்க. சின்ன வயசுல குதிரை வண்டியில தாத்தா வீட்டுக்குப் போய் ஓடி விளையாண்ட அனுபவங்களை வச்சே நாலு நாவல் எழுதலாம்.

நான் மூணாம் வகுப்பு படிக்கும்போதே கையில தங்கத்தைக் கொடுத்து பட்டறையில உக்கார பழக்கிட்டார் அப்பா. அவருக்கு என்னை வங்கி ஊழியரா ஆக்கிப் பாக்க ஆசை. அதேநேரம் பாரம்பரியத் தொழிலையும் கத்துக் கொடுத்தார். பள்ளிக்கூடம் முடிஞ்சதும் பட்டறைக்கு வந்திடுவேன். வங்கி வேலையே இலக்கா இருந்ததால, பிளஸ் 2 முடிச்சுட்டு பி.ஏ. வரலாறு படிச்சேன். உண்மையில் கல்லூரியைவிட அப்பாகிட்டகத்துக்கிட்டதுதான் அதிகம். ஹிட்லர் பத்தி, முசோலினி பத்தியெல்லாம் நிறைய விஷ யங்கள் சொல்லுவார். அவரோட வார்த்தைகள்ல காட்சிகள் கண் முன்னாடி பளீர்னு விரியும். 'ஜெர்மனி வீரர்களை ரஷ்ய வீரர்கள் கொல்லல, மாஸ்கோ பனிதான் கொன்னுடுச்சு'ம்பார். இப்படி நுணுக்கமான செய்திகளை எல்லாம் எங்கே போய் படிப்பார்னு ஆச்சரியமா இருக்கும்.

சினிமா மேல எனக்கு பயங்கர மோகம். பாரதிராஜா, பாலு மகேந்திரா, மணிரத்னம் படங்கள் வந்தா முதல் ஆளா கியூவில

நிப்பேன். ஒரு அறிவார்ந்த நட்பு வட்டம் அமைஞ்சுது. வெறும் ரசிகனா பாத்து பொழுதுபோக்கிட்டு வராம, எல்லாத்தையும் விமர்சனக் கண்ணோட்டத்தோட பார்க்கிற அந்த நண்பர்கள்தான் என்னை வாசிப்பு நோக்கியும், எழுத்து நோக்கியும் நகர்த்தினாங்க.

எல்லாம் நல்லபடியா நகர்ந்துக்கிட்டிருந்த அந்த தருணத்தில திடீர்னு மாரடைப்பால அப்பா இறந்துட்டார். எந்தப் பொறுப்புமே இல்லாம சுதந்திரமா திரிஞ்ச நான், அடுத்து என்ன செய்யிறதுன்னு தெரியாம குழந்தை மாதிரி தவிச்சு நின்னேன். பசிக்கிறதுக்கு முன்னாடி சோறு வரும்; கேட்கிறதுக்கு முன்னாடி காசு வரும்; 'ஏன் இதை செஞ்சே... ஏன் இதைச் செய்யலே'ங்கிற கேள்விகளே இல்லை. அப்பாவுக்கு என்மேல அப்படியொரு நம்பிக்கை. அவர் இல்லாத நாட்களை கற்பனையே செய்ய முடியல. என் நிலையிலதான் அம்மாவும் தங்கையும் இருந்தாங்க..

அந்தத் துயரத்தில ஆதரவா தோள் கொடுத்து நின்னாரு, மாமா ஜெயராமன். இன்னைக்கு வரைக்கும் அவர்தான் எங்க குடும்பத்தைத் தாங்கி நிக்கிறார். அப்பா வாங்கி வச்சிருந்த வேலைகளை முடிச்சுக் கொடுத்துட்டு பட்டறையை மூடிட்டோம். ஒரு கூட்டுறவு வங்கியில தற்காலிக ஊழியரா வேலை கிடைச்சுச்சு. அப்ரைசர்... தங்கத்தை தரம் பார்த்து இவ்வளவு லோன் கொடுக்கலாம்னு பரிந்துரைக்கணும். *2* வருடத்தில நிரந்தரமாக்கிடுவோம்னு சொன்னாங்க; சேந்துட்டேன்.

ஆனா அங்கு நடந்த சில கசப்பான சம்பவங்களை ஜீரணிக்க முடியாம வெளியில வந்துட்டேன். அப்பாவோட பட்டறையைத் திறந்து உக்காந்துட்டேன். மெல்ல மெல்ல அப்பாவின் வாடிக்கையாளர்களோட ஆதரவு கிடைச்சுச்சு. வெளியூர் ஆர்டர்கள் நிறைய வந்துச்சு. தொழில் சூடு பிடிச்சிடுச்சு. மாமா உதவியோட தங்கைக்கு திருமணம் செஞ்சேன். எனக்கும் திருமணம் முடிஞ்சிடுச்சு. மனைவி பேரு மலர்விழி.

கடையில உக்காந்த பிறகு நிறைய வாசிச்சேன். இயல்பா எழுதுற ஆர்வமும் வந்துச்சு. முதல்ல கவிதைகள்தான் எழுதுனேன். 'காலச்சுவடு', 'கணையாழி' மாதிரி இதழ்கள்ல பிரசுரமாச்சு. சிறுகதை, நாவல்னு நான் நகரக் காரணம், எஸ்.ராம கிருஷ்ணனும் ஜெயமோகனும். ராமகிருஷ்ணனோட 'உப பாண்டவம்' படிச்சுட்டு, விருதுநகர்ல போய் அவரைச் சந்திச்சேன். என் கவிதைகளை வாசிச்சிட்டு, "ரொம்ப நல்லா எழுதுறே... இன்னும் நிறைய வாசி"ன்னு அவரோட நூலகத்தைத் திறந்துவிட்டார். அந்த உத்வேகத்தில ஒரு நாவல் எழுதத் தொடங்குனேன். 'ஜீ.சௌந்தர் ராஜனின் கதை'. இளம் தலைமுறையோட வாழ்க்கைச் சிக்கல்கள்தான் கதைக் களம். என் நண்பர்கள், என் மொழி, என் அனுபவம் எல்லாத்தையும்

கலந்து எழுதினேன். பல பதிப்பகங்களுக்கு அனுப்பினேன். எல்லாரும் நிராகரிச்சுட்டாங்க. 'சரி, நாவல் கைகூடலே'ன்னு அதை ஓரமா வச்சுட்டு சிறுகதைகள் எழுதத் தொடங்குனேன். கதைகளை வாசிச்ச மனுஷ்ய புத்திரன், 'வெயில் உலர்த்திய வீடு'ன்னு அந்தக் கதைகளைத் தொகுப்பா கொண்டு வந்தார். 'ஜீ.சௌந்தர்ரா ஜனின் கதை' யையும் அவருக்கு அனுப்பினேன். அதையும் நூலா கொண்டு வந்தார்.

அந்த அங்கீகாரம் மிகப்பெரும் உந்துதலை ஏற்படுத்துச்சு. எழுத்து என் முழு நேரத்தையும் விழுங்கத் தொடங்குச்சு. தொழில் மேல ஈடுபாடு குறைஞ்சிடுச்சு. கடையை மூடிட்டு இலக்கியக் கூட்டங்களுக்கு போயிடுவேன். வாடிக்கையாளர்கள் முகம் சுளிக்கத் தொடங்கினாங்க. தைரியமா ஒரு முடிவெடுத்தேன். கடையை மூடிட்டு, எழுத்தையே தொழிலா மாத்திக்கிட்டேன்.

வீட்ல எல்லோரும் பயந்தாங்க. சின்னச்சின்ன மனஸ்தாபங்களைத் தாண்டி உறுதியா நின்னேன். பல நண்பர்கள் பொருளாதார ரீதியா உதவிசெஞ்சு காயப்படாம காப்பாத்தினாங்க. 'உயிர்மை', 'காலச்சுவடு' பதிப்பகங்களோட உதவியையும் மறக்க முடியாது.

எல்லோரும் சென்னையில வாழ விரும்புவாங்க. எனக்கு மதுரையில வாழ்றது மிகப்பெரும் கனவு. பழமையும் பாரம்பரியமும் ஊறின மண். ஆனா, போடி மாதிரியில்லை மதுரை. கொஞ்சம் விலை உயர்ந்த நகரம். எழுத்து என்னை பட்டினி போடாம காப்பாத்துச்சு. ஆனா மதுரையில வாழும் அளவுக்கு வசதியைத் தரலே. ஒரு தனியார் நிறுவனத்தில அப்ரைசரா சேர்ந்துட்டேன். இப்போ, என் கனவு நகரத்தில நான் நினைச்ச வாழ்க்கையை வாழ்ந்துக்கிட்டிருக்கேன். இப்போ ஆயிரத்துக்கும் மேற்பட்ட பக்கங்களைக் கொண்ட 'காலகண்டம்' நாவலை எழுதி முடிச்சிருக்கேன். எல்லாம் என் அப்பா எனக்குச் சொன்ன கதைகள். 'உயிர்மை' வெளியிடப் போகுது.

ராமகிருஷ்ணனுக்கும், மனுஷ்யபுத்திரனுக்கும் நிறைய நன்றிக்கடன் பட்டிருக்கேன். என் ஒவ்வொரு எழுத்தையும் வாசிச்சுக் கொண்டாடி என்னை அடுத்த வரிக்கு நகர்த்துறது அவங்கதான். போடியில இன்னும் நான் சுப்பிரமணியனோட மகன்தான். ஒரு எழுத்தாளனா என்னை யாருக்கும் தெரியாது. என் எழுத்தைப் படிச்சு, 'எங்கேயிருக்கான் செந்தில்குமார்'னு தேடி வர்றங்களுக்குத்தான் நான் எழுத்தாளன். மத்தவங்களுக்கு சாதாரண பொற்கொல்லன். அவ்வளவு தான்!"

17

என்.டி.ராஜ்குமார்

காதலும், காமமும் நுரைத்துப் பொங்கும் வேட்கையான மந்திரமொழி என்.டி.ராஜ்குமாருடையது. ‘தெறி’, ‘ஒடக்கு’ ‘ரத்த சந்தனப்பாவை’, ‘காட்டாளம்’, ‘கல்விளக்குகள்’, ‘பதநீரில் பொங்கும் நிலா வெளிச்சம்’, ‘சொட்டுச்சொட்டாய் விழுகின்றன செவ்வரளிப்பூக்கள்’ ஆகிய கவிதைத் தொகுப்புகள் இவரின் ஆளுமைக்கு பெருமைமிகு அடையாளங்கள். பவித்ரன் தீக்குண்ணி, ஏ.அய்யப்பன் ஆகியோரின் மலையாளப் படைப்புகளை தமிழாக்கியதும் என்.டி.ராஜ்குமாரின் பிரதான இலக்கியப் பங்களிப்பு. கருத்துக்காகவும், படைப்பாக்கச் சிறப்புக்காகவும் பேசப்பட்ட ‘மதுபானக்கடை’ திரைப்படத்தின் கதைநாயகன் இவர்தான்.

நாகர்கோவில் செட்டிக்குளத்தில் ஜீவிக்கிற என்.டி.ராஜ்குமாருக்கு நிரந்தரமானதென்று எத்தொழிலும் இல்லை. தந்தைவழி ஒட்டிக்கொண்ட மாந்திரீகமும் சிலம்பமுமே இப்போது இவரது வாழ்வாதாரம். திரைத்துறையில் தகுந்த இடம் தேடி நகர்ந்து கொண்டிருக்கும் ராஜ்குமார், வாழ்க்கை நெடுக கடும் கசப்புகளை சுகித்தவர்.

“குலசேகரம்தான் எங்களுக்குப் பூர்வீகம். அப்பா திவாகரன் ஆசான், மருத்துவத்துக்கும், மாந்திரீகத்துக்கும் பேர் போனவர். செய்வினை, ஏவல், பில்லி, சூனியம், வசியம்னு அவரைத் தேடி

மாநிலம் கடந்தும் ஆட்கள் வருவாங்க. சிலம்பம், வர்மத்துலயும் நிபுணர்.

எங்க கணியான் சமூகத்துல பலபேருக்கு மாந்திரீகம்தான் தொழில். எங்களுக்கும் பிற சமூக மந்திரவாதிகளுக்கும் வித்தியாசம் இருக்கு. கணியான்களோட மாந்திரீகத்துல வெறும் மந்திரங்கள் மட்டுமில்லை. மருத்துவமும், வர்மமும் இணைஞ்சிருக்கு. இது மூணும் சேந்ததுதான் மாந்திரீக வைத்திய முறை. இதுக்கு மூலிகை களைப் பத்தி தெரிஞ்சிருக்கணும். நல்ல மூலிகை, கெட்ட மூலிகை, சக்தியுள்ள மூலிகை, சூனிய மூலிகைன்னு பல வகைகள் இருக்கு. அடுத்து வர்மம்... உடம்புல எத்தனை முடிச்சுகள் இருக்கு. சிக்கி நிக்கிற முடிச்சுகளை எப்படிப் பிரிக்கணும்... எப்படித் தட்டணும்... இப்படி வர்மத்துல ஏராளம் இருக்கு.

மாந்திரீகம்ங்கிறது ஒரு உளவியல். வார்த்தைகளுக்கும் மனித உள சக்திக்கும் நேரடி தொடர்பு இருக்கு. அதுமாதிரியான வார்த் தைகளை தேடிக் கண்டுபிடிச்சு வார்க்கப்படுறதுதான் மந்திரங்கள். இதை ஒவ்வொரு விதமா உச்சரிக்கும்போதும் ஒவ்வொரு சக்தி வெளிப்படும். கிராமங்கள்ல பேய் பிடிக்கிறது சர்வசாதாரணம். ஒருத்தருக்கு பேய் பிடிச்சிட்டா, சுதர்சன சக்கரம் வரைஞ்சு, குந்தி ரிகம், இளநீர், எண்ணெய், கருடக்கொடி வேர் வச்சு மாந்திரீகம் செய்வாரு அப்பா. ‘உக்கிரமூர்த்தி கொடுங்காளி, துணைக்கை சிந்தை, சத்ருவன் காலவலி, கையவலி...’ன்னு மந்திரம் சொல்லிக் கிட்டே இளநீரை தலையில எடுத்து ஊத்துவாரு. குந்திரிகத்தை புகைப்பாரு. கருடக்கொடி வேரால தலையை நீவி விடுவாரு. வர்மம் மூலமா வலியெடுக்க வைக்கிற முடிச்சுகளைப் பிரிப்பாரு. இருபது நிமிஷத்தில எல்லாம் முடிஞ்சிரும். இளநீரு தலைச்சூட் டைக் குறைச்சிடும். கருடவேர் மனச்சிதைவை சரி செய்யும். மந் திரங்கள் மனக்கிலேசத்தை போக்கிடும்.

பறவைகளோட கூட்டுக்குள்ளதான் அபூர்வ வேர்கள் எல்லாம் இருக்கும். குஞ்சுகளை எதிரிகள்கிட்ட காப்பாத்துறதுக்கு காடு மலைகளைக் கடந்து பறவைகள் அந்த வேர்களைக் கொண்டுவந்து கூட்டுக்குள்ள வச்சிருக்கும். சின்ன வயசுல அப்பாகூட அலைஞ்சு திரிஞ்ச நாட்களை இப்போ நினைச்சாலும் இனிக்குது.

7ம் வகுப்பு படிக்கும்போது ஒரு விபத்து. தலையில அடிபட்டு ருச்சு. அப்பாவோட வைத்தியம் உயிரை மீட்டெடுத்துச்சு.. ஆனா இன்னைக்கு வரைக்கும் அதோட பாதிப்பு இருக்கு. திடீர்னு வலிப்பு வரும். மனப்பிறழ்ச்சி மாதிரி ஆயிடும். என்ன செய்யி றோம்னு தெரியாமச் செய்வேன். விபத்துக்குப் பிறகு, பள்ளிக்கூ டம் வேணாம்னு முடிவு பண்ணிட்டாங்க. சின்ன வயசுலேயே

மாந்திரீகத்துல எனக்கு ஆர்வம் இருந்துச்சு. அப்பா மாந்திரீகம் செய்யிறப்போ பக்கத்துல உக்காந்து கவனிப்பேன்.

வயசுக்கே உரிய கிருவம் வந்திடுச்சு. சிலம்பம் கத்துக்கிட்டேன். உடம்பை முறுக்கேத்திக்கிட்டு, ஊருக்குள்ள காலரைத் தூக்கி விட் டுக்கிட்டு மைனர் நடை நடக்குறது, வம்பு, தும்புக்குப்போறதுன்னு வாழ்க்கை வேறொரு டிராக்ல போகத் தொடங்கிருச்சு. எங்க குரூப்ல இருந்த தேவன்னு ஒரு பய படிக்கிற பழக்கமுள்ளவன். எப்ப பாத்தாலும் தத்துவமும் இலக்கியமுமா பேசுவான். சில நேரம் கவிதைகளைக் கொண்டுவந்து படிச்சு காமிப்பான். ஏதாவது விளக்கம் கேட்டா, 'படிக்காத புள்ளைகளுக்கு இதெல்லாம் புரி யாது மக்களே...'ன்னு கேலி பேசி சிரிப்பான்.

அந்த கேலியாலதான் வாசிக்க ஆரம்பிச்சேன். சித்தர் பாடல் கள், வைகுண்டசாமியோட சாட்டு நீட்டோலைன்னு எனக்குப் பிடித்த விஷயங்கள்ல இருந்து வாசிப்பு தொடங்குச்சு. இசை வடிவ இலக்கியங்கள் மேல ஏற்பட்ட ஈர்ப்பால மெல்ல, மெல்ல கவிதைகள் பக்கம் நகர்ந்தேன். அப்படியான ஒரு தொடக்கம், மரபிலக்கியம், செவ்வியலக்கியம், திராவிட இலக்கியம்னு இரு பது வயசுக்குள்ள தீவிரமான வாசிப்பாளனா மாத்திடுச்சு. 'அடி தடி, வம்புதும்புன்னு திரிஞ்ச பய, இப்படி புத்தகமும், கையுமா முடங்கிக் கிடக்கிறானே'ன்னு எல்லாருக்கும் ஆச்சரியம். எழு துற நேரமெல்லாம் அண்ணன்மாருங்க 'ஏதோ புள்ளைக்கு லவ் லெட்டர் எழுதுறாம்பா'ன்னு திட்டுவாங்க. அப்பாவும் திட்டுவாரு. நான் எதையும் காதுல வாங்கிக்கிறதில்லை.

கார்த்திகேயன்னு ஒரு நண்பர்தான் எனக்கு கலை இலக்கியப் பெருமன்றத்தை அறிமுகப்படுத்துனார். இலக்கில்லாம எழுதிக் கிட்டிருந்த என்னை பக்குவப்படுத்தி, எழுத்தை செம்மைப்படுத்தி, என் போக்கை மாத்தினது பெருமன்றம்தான். எல்லாத்தையும் கேள்விக்கு உட்படுத்திப் பார்க்கிற மனோபாவம் வளர்ந்துச்சு.

வெ.நீலகண்டன் 93

அதுவரைக்கும் எனக்கு இணக்கமாயிருந்த என் பண்பாடு, பாரம் பரியம் எல்லாமும் அர்த்தமற்றதா தோணுச்சு.

என்னோட போக்கை வீட்டுல உள்ளவங்க ரசிக்கலே. இருந்தாலும் பொன்னீலன் அண்ணாச்சி, பேராசிரியர் ஸ்ரீகுமார் மாதிரி பெரியவங்களோட பழகுறதால 'தவறு செய்யல'ன்னு மட்டும் நம்புனாங்க. எதிர்காலத்தைப் பத்தி எந்தக் கவலையுமே இல்லாம எழுத்தும், படிப்புமா திரிஞ்சேன். வாசிப்பும் இலக்கியப் பரிச்சயமும் விரிவடைஞ்ச நேரத்தில, எனக்குன்னு ஒரு தனித்து வமும், மொழிக்கட்டும் உருவாக்க முயற்சி செஞ்சேன். நானறிஞ்ச மாந்திரீகமே எனக்கான அடையாளமா இருந்துச்சு. நாட்டுப்புற வியல் சார்ந்த விஷயங்களை உள்ளடக்கமா வச்சு, எங்க மொழி யையே அங்கதமா கையாண்டு எழுதத் தொடங்கினேன்.

என் முதல் தொகுப்பு 'தெறி' வெளிவர்ற வரைக்கும் நான் எந்த வேலைக்கும் போகல. என் கவிதைகளே எனக்கு ஒரு வேலையை உருவாக்கித் தந்ததுதான் ஆச்சரியம். பாளையங்கோட்டை செயின்ட் சேவியர் கல்லூரியைச் சேர்ந்த ஃபாதர் ஜெயபதி என் புத்தகத்தைப் படிச்சுட்டு, என்னைக் கூப்பிட்டு கல்லூரியிலேயே வேலையும் கொடுத்தார். பி.ஆர்.ஓ. வேலை. 4 வருஷம் கல்லூரிப் பணி. பல காரணங்களால தொடர்ந்து அங்கே வேலை செய்ய முடியல. ரயில்வே மெயில் சர்வீஸ்ல வேலை பார்த்த எங்க அண்ணாச்சி, ஒரு லீவ் பிளேஸ்ல என்னை சேத்துவிட்டார். தற் காலிகப்பணி. லீவெடுக்கிறவங்க இடத்துல நின்னு நாம வேலை செய்யணும். வேலையில சேந்த கொஞ்சநாள்லயே திருமணம் முடிஞ்சுச்சு. மனைவி பேரு ஸ்ரீலேகா. ரெண்டு குழந்தைங்க... சித் தார்த் 6ம் வகுப்பு. ஓவியா, எல்.கே.ஜி.

தீண்டாமைக் கொடுமை அரசு அலுவலகம் முதல் எல்லா இடத்திலயும் இருக்கு. நேரடியா நானே அப்படியொரு பிரச் னையை எதிர்கொண்டேன். ரயில்வே மெயில் சர்வீஸ்ல 12 வரு டங்கள் வேலை செஞ்சிருக்கேன். நான் முரட்டுத்தனமான ஆளா இருந்தாலும், அடங்கியே போயிருக்கேன். ஆனா அந்த ஜாதிய மனோபாவம் என்னை அங்க இருந்தே துரத்துச்சு.

வேலை போனதும், பெரிய அளவில மனநிலை பாதிப்பு வந்துச்சு. அடிக்கடி வலிப்பு ஏற்படும். என்னையறியாம நான் வேறொரு உலகத்துக்குப் போயிட்டேன். திரும்பவும் என்னை மீட் டெடுத்தது, இயக்குனர் கமலக்கண்ணன். வெளியில் சொல்ல முடி யாத வறுமையில இருந்து என்னை மீட்டெடுத்ததும் அவர்தான். 'மதுபானக்கடை' படம் மனதளவில என்னை மனுஷனாக்குச்சு. ஒருவேளை அப்படியொரு மாற்றம் வராமப் போயிருந்தா, நான் வேறுமாதிரி ஆகியிருப்பேன்.

இப்போ மாந்திரீகத்துல இன்னும் தீவிரமா ஈடுபடறேன். அப்பா நிறைய ஓலைச்சுவடிகளை வச்சிட்டுப் போயிருக்கார். எல்லாமே பொக்கிஷங்கள். அதையெல்லாம் ஆய்வு பண்றேன். நிறைய சோதனை முயற்சிகள்ல இறங்கியிருக்கேன். சமூகத்துக்கு நிறைய சொல்ல வேண்டியிருக்கு. எழுத்துலயும் இன்னும் நிறைய கடமைகள் இருக்கு. இன்னும் கூடுதலா என்னை நிறுவ வேண்டிய தேவையும் இருக்கு. சிலம்பத்தையும் மீட்டுருவாக்கம் செய்ய விரும்புறேன். நிறைய பேருக்கு பயிற்சி கொடுக்கிறேன். எல்லாத்தையும் தாண்டி சினிமாவும் என் விருப்பத்துக்குரிய தேடலா இருக்கு.

நல்ல கவிஞனா வாழ்றதை விட சிரமம், நல்ல மனுஷனா வாழுறது. கசப்புகளை எல்லாம் தூக்கி எறிஞ்சுட்டு நல்லவங்களை, நல்ல விஷயங்களை உள்வாங்கத் தொடங்கியிருக்கேன். இது வரைக்கும் செஞ்ச எதிலயும் திருப்தியில்லே. இனி நிறைய செய்ய வேண்டியிருக்கு..."

எஸ்.இலட்சுமணப்பெருமாள்

வக்கனையான நகைச்சுவையின் உள்ளீடாக மானுடத்தின் ஒட்டுமொத்த சோகத்தையும் காட்சிப்படுத்தும் வெள்ளந்தியான சொல்லாடல்கள்தான் இலட்சுமணப்பெருமாளின் மொழி. சலிக்காத கிராமிய மொழிநடையும், வேடிக்கையான மனிதர்களின் குணச்சித்திரங்களை வடிவமைக்கும் பாங்கும் இந்த கரிசல் காட்டு எழுத்தாளுமையின் முக்கிய அடையாளங்கள். ‘பாலகாண்டம்’, ‘ஒட்டுவாரொட்டி’, ‘கரிசல் நாட்டுக் கருவூலங்கள்’, ‘வழிபடுகடாம்’ போன்ற நூல்கள் இவரது செழுமையான இலக்கியத்துக்குச் சான்றுகள்.

கந்தகம் தகிக்கும் சாத்தூரை ஒட்டியுள்ள படந்தால் என்ற சிறுகிராமத்தில், சிறிய அறையொன்றில் தீக்குச்சிகளை அடுக்கியபடி இலக்கியம் செய்கிறார் இலட்சுமணப்பெருமாள். மூத்த ஆளுமையான கி.ராவின் வாரிசு என சக படைப்பாளிகளால் பாராட்டப்படும் இவர், தமிழின் கதைசொல்லி மரபை அடுத்த கட்டத்துக்கு நகர்த்திச் செல்பவர். ‘கற்றது தமிழ்’, ‘பூ’, ‘அம்மாவின் கைப்பேசி’ என திரைப்படங்களிலும் இவரது பங்களிப்பு மிளிர்கிறது.

“அப்பா பேரு சுப்பையா. ஆனா ‘காவக்கார்ரு’ன்னுதான் கூப்பிடுவாங்க. புஞ்சைக்காடுகளை காவல் காக்குறவரு. தானியம்தான் கூலி. அவருக்கு மட்டுமில்லை... எங்க பகுதியில தீப்பெட்டி ஆலை

கள் வர்றவரைக்கும் யாரும் பணக்கூலி வாங்கினதில்லை. தானியக் கூலிதான். அம்மானை பாடுறதில கெட்டிக்காரரு அப்பா. ஊருல இழவு விழுந்துட்டா முதல்ல அப்பாவுக்குத்தான் ஆளு வரும். 'பஞ்சபாண்டவர் வனவாசம்', 'நல்லதங்காள் வரலாறு', 'சித்திர புத்திர நாயனார் சரித்திரம்'னு விடிய விடிய பாடுவாரு. இழவு வீட்டுல தூங்கக்கூடாது. அம்மானையைக் கேட்டுக்கிட்டு எல்லா ரும் விழிச்சிருப்பாங்க. வீட்டுல அடுத்த வேளை சாப்பாட்டுக்கு தானியம் இல்லாட்டியும், அம்மானை பாடுறதுக்குக் காசு வாங் கக்கூடாதுங்கிறதுல அப்பா உறுதியா இருந்தார். ஒரு சேவை மாதிரியே செஞ்சார்.

அம்மா செல்லத்தாயி வசதியான குடும்பத்தில பிறந்தவங்க. அப் பாவுக்கு வாக்கப்பட்ட பெறவுதான் அவங்களுக்கு வறுமை பழக்க மாச்சு. அம்மா குடும்பத்துல ஆண் வாரிசு இல்லை. இப்போ நான் குடியிருக்கிறது அம்மாவுக்கு பாகமா வந்த வீடு. எங்கூடப் பொறந்த வங்க மொத்தம் 5 பேரு. நாலு பொண்ணுங்க. ஒரு பையன். நான் மட்டும்தான் எஸ்.எஸ்.எல்.சி. வரைக்கும் படிச்சேன்.

ஜீவனத்துல இருந்த கஷ்டத்தை வார்த்தைகளால சொல்லமு டியாது. எங்களுக்கு மட்டுமில்லை... நிலபுலன்கள் வச்சு விவசாயம் செஞ்ச சம்சாரிகளுக்கும் அதுதான் நிலைமை. கிராமத்து வாழ்க் கையோட அடையாளமே வறுமைதானே!

தீப்பெட்டி தொழிற்சாலை வர்றதுக்கு முன்னாடி சாத்தூரு பசு மையான பூமி. மானாவாரி விவசாயம் மேல அரசாங்கம் எந்த கவனமும் செலுத்தலே. காலப்போக்குல பலபேர் விவசாயத்தைக் கைவிட்டுட்டு வேற தொழில் நாடிப்போகத் தொடங்கிட்டாங்க. குளிர்ச்சி தண்டாம அடிச்ச கடும் வெயிலை மூலதனமா வச்சு, மெல்ல மெல்ல தீப்பெட்டி கம்பெனி இந்தப்பகுதிகளுக்குள்ள நுழையத் தொடங்குச்சு. முதன்முதலா மக்களுக்கு பணம் கூலியா கிடைச்சுச்சு.

எங்க கந்தக வாழ்க்கைக்குப் பின்னாடி இப்படி நிறைய சோகக் கதைகள் இருக்கு. தானிய உணவுகளை சாப்பிட்டுப் பழகின மக்கள், அரிசி சோத்துக்கு ஆசைப்பட்டு குழந்தைகளை வேலைக்கு அனுப்பினாங்க. தானியம் வயல்ல கிடைக்கும்... ஆனா அரிசி வாங்க பணம் வேணுமே? பல குழந்தைகளை கந்தகம் தின்னு விழுங்கியிருக்கு. காலையில 6 மணிக்கு உள்ளே நுழைஞ்சா இரவு 9 மணி வரைக்கும் கசக்கிப் பிழிஞ்சிதான் வெளியில அனுப் புவாங்க. அது ஒரு காலம். இன்னைக்கு எல்லாம் மாறிடுச்சு. பெரியவங்களுக்கே இப்போ வேலை கிடைக்கலே. விவசாயத்தை விட்டுட்டு தீப்பெட்டித் தொழிலுக்கு மாறின மாதிரி, இப்போ

வெ.நீலகண்டன் 97

இதை விட்டுட்டு பட்டாசுத் தொழிலுக்கு மாறிக்கிட்டிருக்காங்க. அது மொத்தம் மொத்தமா உயிர்களைத் திங்குது.

நான் நல்லா படிக்கக்கூடிய ஆளு. தினம் 16 கிலோமீட்டர் நடந்துபோய் படிச்சேன். எங்க கிராமத்தைப் பொறுத்தவரைக்கும் எஸ்எஸ்எல்சிதான் கூடுன படிப்பு. அதுக்குமேல படிக்கிறதுக்கு ஒண்ணுமில்லைன்னு நினைக்கிற மக்கள். டாக்டர், எஞ்சினியர் படிப்பெல்லாம் நமக்கான படிப்பு இல்லே. வேற ஆட்களோட துன்னு நினைப்பு. படிப்பு முடிஞ்சதும் வீட்டிலயே இருந்தேன். கிராமத்துக்குப் பால் ஊத்த வர்றவர், 'பால் பண்ணையில தெருவண்டிக்கு ஆளுவேணும்... வர்றியா'ன்னார். போய் சேந் துட்டேன். ஒருநாளைக்கு ரெண்டு ரூபா கூலி. நாலைஞ்சு தெருக் களுக்கு பால் கொண்டுபோய் விக்கணும். கிராமங்களுக்குப் போய் பால் எடுத்துக்கிட்டு வரணும். அப்படிப் போகும்போது ஒரு கிரா மத்துல வில்லுப்பாட்டு பயிற்சி கொடுத்துக்கிட்டு இருந்தாங்க. மன சுக்கு இதமா இருந்ததால நேரம் கிடைக்கிறபோதெல்லாம் அங்கே போய் வில்லடிச்சு பாடுறவங்களோட சேந்து நானும் பாடுவேன்.

திடீர்னு எமர்ஜென்சி வந்திருச்சு. பால்பண்ணைய மூடிட் டாங்க. வில்லடிக்காரர் கூப்பிட்டு, 'உன் குரல் கணீர்னு இருக் குப்பா... நீயே முன்பாடகனா இருந்து பாடு'ன்னு சொன்னாரு. வில்லடிக்கிற நுட்பத்தையும் கத்துக்கொடுத்தாரு. அப்படித்தான் என் வில்லுப்பாட்டு பயணம் தொடங்குச்சு. மகாபாரதம், ராமாய ணம்னு நகர்ந்துக்கிட்டிருந்த வில்லுப்பாட்டை சமூகக்கலையா மாத் துனதுல என்னோட பங்கும் கொஞ்சமிருக்கு. நாட்டு நடப்புகளைப் பத்தின பகுடி, கேலின்னு நிறைய நகைச்சுவைகளை சேத்தேன். ஏற்கனவே அப்பா மூலமா எனக்கு அம்மானை அறிமுகமாகியிருந் ததால, நானே பாடல்களை எழுதுனேன். இன்னைக்கு வரைக்கும் வில்லுப்பாட்டு வாழ்க்கையோட ஒரு அங்கமா போய்க்கிட்டிருக்கு.

ஆனா அதைமட்டுமே வாழ்க்கையா வச்சுக்க முடியலே. தீப் பெட்டி ஆலைகள் நிறைய வந்துட்டதால லோடு லாரிகளோட

தேவை அதிகமாச்சு. லாரி டிரைவராயிட்டா பிழைச்சுக்கலா மேன்னு நினைச்சு கிளீனர் வேலைக்குச் சேந்தேன். ஓரளவுக்கு லாரி ஓட்டவும் கத்துக்கிட்டேன். ஒரு பிரேக் இன்ஸ்பெக்டர் வீட்டுக்கு லோடு ஏத்துக்கிட்டுப் போனப்போ, விசாரிச்சார். 'எஸ்எஸ்எல்சி படிச்சுட்டு ஏம்பா இந்த ரிஸ்க்கெல்லாம் எடுக்குறே... கண்டக்டர் லைசென்ஸ் எடுத்தின்னா உடனடியா வேலை கிடைக்கும்'னார். எடுத்தேன். உடனடியா ஒரு தனியார் பஸ்ல வேலை கிடைச்சுச்சு. 5 வருஷம் கண்டக்டர் வேலை. எங்க பஸ்ல தினமும் வர்ற ஒரு தீப்பெட்டி கம்பெனி ஓனர், "எஸ்எஸ்எல்சி படிச்சுட்டு ஏம்பா கண் டக்டரா நிக்கிறே... எங் கம்பெனிக்கு வந்து கணக்கெழுதுறியா'ன்னு கேட்டாரு. சரி, உக்காந்து பாக்குற வேலையாச்சேன்னு வந்தேன். ஓரளவுக்கு தொழிலைக் கத்துக்கிட்ட பிறகு தனியா செய்யலா மேன்னு ஆசைப்பட்டேன். ஒரு ஆபீஸை லீசுக்குப் புடிச்சேன். அதை நடத்திக்கிட்டே லோன் வாங்கி வீட்டுக்குப் பக்கத்தில ஒரு ஆபீஸ் கட்டுனேன். இப்போ அதுதான் என் ஜீவனம்.

சொந்தமா தீப்பெட்டி ஆபீஸ் இருக்கதால சம்பாத்தியம் அதி கமிருக்கும்னு நினைக்காதீங்க. அதெல்லாம் ஒரு காலம். நூத்தி இருபது கம்பெனிகள் இருந்த இடத்துல இப்போ ஒண்ணோ, ரெண்டோதான் இருக்கு. இவங்க எல்லாரும் பாத்த வேலையை ஒரே ஒரு கம்பெனியில, ஒரே ஒரு இயந்திரம் செஞ்சு முடிச்சிருது. அந்த கம்பெனியில தீக்குச்சிகளை வாங்கியாந்து பெட்டிகள்ல அடைச்சுக் குடுக்கிறது மட்டும்தான் இப்போ எங்க வேலை. ஒருநா ளைக்கு எனக்கு 100 ரூபா கிடைச்சா போதும்... ஆனா அதுகூட கிடைக்கலேங்கிறதுதான் எதார்த்தம்.

என்னைப் பத்தியே சொல்லிட்டு, எழுத்தைப் பத்திச் சொல் லாம விட்டுட்டேன் பாருங்க. இன்னைக்கு வரைக்கும் பெரிசா எது வும் வாசிச்சதில்லை. காசு கொடுத்து புத்தகம் வாங்குற அளவுக்கு வசதியுமில்லை. நிகழ்ச்சிகள்ல கலந்துக்கிறப்போ அன்பளிப்பா கொடுக்கிற புத்தகங்களை மட்டுமே வாசிக்க முடியுது. என்னை நல்ல கதைசொல்லின்னு சொல்றாங்க. நான் மட்டுமில்லே. எங்க கிராமத்துல வாழுற எல்லாருமே கதை சொல்லிங்கதான். நக ரத்துல ஒருத்தர்கிட்ட, 'மணி என்ன'ன்னு கேட்டா மணியைச் சொல்லிட்டு போயிக்கிட்டே இருப்பார். எங்கூர்ல கேட்டீங்கன்னா, 'ஏன்... பேங்க்ல பணம்போட போறதுக்கு லேட்டாயிருச்சா'ன்னு கேப்பார். வார்த்தைக்கு வார்த்தை கேலி, கிண்டல், உபகதை, பழமொழி... ஒரு சம்பவத்தைச் சொல்லும்போதே கதையா வடி வமைக்கறது கிராமத்து ரத்தத்தில ஊறினது.

இப்போ வயசு 58 ஆகுது. 48 வயசுவரைக்கும் நான் ஒத்தை எழுத்துகூட எழுதினதில்லை. ஒரு புத்தகத்தையும் வாசிச்சதில்லை.

இப்படிச் சொல்றதில எந்தப் பெருமையும் இல்லைன்னு எனக்குத் தெரியும். ஆனா அதுதான் எதார்த்தம். என் பேச்சையும், நகைச்சுவையையும் ரசிக்கிற ஓவியர் மாரீஸ், உதயஷங்கர் மாதிரி நண்பர்கள், 'இதையெல்லாம் எழுதி வைங்கய்யா'ம்பாங்க. 'பறிப்பு' நான் எழுதின முதல் கதை. ஒரு கத்தரிக்காய் வியாபாரி சாகுபடி பண்ணி நஷ்டப்படுறது தான் உள்ளடக்கம். 'நந்தன்' இதழ்ல வந்துச்சு. இன்னைக்கு வரைக்கும் அந்த உற்சாகம்தான் என்னை உந்தித் தள்ளுது.

'கி.ரா மாதிரியே எழுதுறேன்'னு சிலர் பாராட்டும்போது கூச்சமா இருக்கு. கி..ரா ஒரு சமுத்திரம். நான் சின்ன கம்மாய். அவரது அருகாமைக்குக்கூட நான் போகமுடியாது. இதுவரைக்கும் நான் எழுதினது, என்னோட 17 வயது வரையிலான அனுபவங்களை மட்டும்தான். இன்னும் அம்பது வருட வாழ்க்கையை எழுத வேண்டியிருக்கு. என்னால முழுநேர எழுத்தாளனா இயங்க முடியலே. வாழ்க்கை கொடுக்கிற அழுத்தம் அப்படி. திருமணமாகி இரண்டு பிள்ளைகள். பையன் ராணுவத்தில இருக்கான். பெண்ணுக்குத் திருமணமாயிடுச்சு. என் வீட்டுக்காரி, நூறு நாள் வேலை வாய்ப்புத் திட்டத்தில வேலைக்குப் போறா... அவளுக்கு ஒருநாளைக்கு நிச்சயமா 100 ரூபா கூலி கிடைச்சுடும். எனக்கும் நூறு ரூபாய் நிச்சயமாயிட்டா நிம்மதியா எழுதலாம்..!"

கண்ணகுமார விஸ்வரூபன்

அடித்தட்டு வர்க்கத்தின் வாழ்க்கைப்பாடுகளை கண்ணீரும் கம்பலையுமாக காட்சிக்கு உள்ளாக்குபவை கண்ணகுமார விஸ்வரூபனின் படைப்புகள். படிக்கச் சலிக்காத தென்தமிழில், கண்ணீர் ததும்ப அவர் படைக்கும் வாழ்க்கைச் சித்திரங்கள், வாசகனின் நெஞ்சில் அழுத்தமான அதிர்வை உருவாக்கும். 'பாதை மாறாத பாதங்கள்', 'ஓடும் இரயிலில் ஓர் உத்தமத்தாய்', 'சாலையோர ஆலமரம்' ஆகியவை இவரது படைப்புகள். நாசரேத்தை ஒட்டியுள்ள மணி நகரில் வசிக்கும் இந்த தேரிக்காட்டு இலக்கியவாதியை மக்கள், 'நெல் அரிசி யாவாரி'யாகவும், 'கோழிக்கடை அண்ணாச்சி'யாகவுமே அடையாளம் கண்டு வைத்திருக்கிறார்கள். ஒரு தவத்தைப் போல எழுத்தைச் சுமந்து திரியும் கண்ணகுமார விஸ்வரூபனின் இயற்பெயர் ஆறுமுகப்பெருமாள்.

"அம்மா பேரு கண்ணம்மா. கண்ணம்மாவோட குமாரனான நான், எழுத்துல விஸ்வரூபம் எடுங்கணும்ங்கிறதுக்காக சூட்டிக் கிட்ட பட்டப்பேரு. 'வேண்டா வெறுப்பா புள்ளை பெத்து காண் டாமிருகம்னு பேரு வச்சமாதிரி'...

மனிதர்களை மேல்தட்டு, நடுத்தட்டு, அடித்தட்டுன்னு மூணு ரகமா பிரிப்பாங்க. ஆனா அடித்தட்டுக்கும் கீழே ஒரு வர்க்கம் இருக்கு. அது அரசாங்க கணக்கிலேயே வராது. சாலையோரத்துல, ஓலைக்குடிசையில, குப்பங்கள்ல சோத்துக்கு இல்லாம சிரமப்பட்டே செத்துப் போற அந்த வர்க்கத்தோட பிரதிநிதி நான். அப்பா, கோபாலு. தந்தை மட்டுமில்ல... தாயுமானவர்! கல்யாணமாகி 20 வருஷம் வரைக்கும் குழந்தையே இல்லை. அப்பாவோட 45 வயசுக்கு மேல, ரெண்டு பேருமே தளர்ந்து போனபிறகு வரிசையா நாலு பிள்ளைகள். ஒரு அண்ணன், ஒரு தங்கை, ஒரு தம்பி.

கஷ்டத்தைப் பாத்துக்கிட்டே பெறந்த பய நான். அம்மா நோயாளி... எழுந்து நாலடி எடுத்து வச்சா இளைப்பு வந்துரும். குடிக்கப் பால்கூட கிடைக்கல. அப்பாதான் எங்களை வளர்த்து ஆளாக்குனாரு. விடியக்காலையில எழுந்து, கஞ்சியாக்கி வச்சுட்டு வேலைக்குப் போனாருன்னா, சாயங்காலம் இடுப்பொடிஞ்சு போய் வருவாரு. அதுக்குப்பிறகு எங்களுக்கு நல்லது கெட்டது பண்ணி, அம்மாவை பராமரிச்சு வைத்தியர்கிட்ட அழைச்சுக்கிட்டுப் போவாரு. கடைசிகாலம் வரைக்கும் அம்மாவை ஒரு கொழந்தை மாதிரி பாத்துக்கிட்டார்.

வயித்துப்பாடே பெருசா இருந்ததால படிப்பெல்லாம் பெரிசா தெரியலே. அண்ணன், சின்ன வயசுலேயே மளிகைக்கடைக்கு போயிட்டாரு. நான் முட்டிமோதி எட்டுவரைக்கும் படிச்சேன். அதோட முடிஞ்சுபோச்சு. குடும்பத்துல ஒருத்தனாவது நல்லாப் படிக்கட்டுமேன்னு எல்லாரும் சேந்து தம்பியைப் படிக்க வச்சோம்.

எங்க ஊருக்குப் பக்கத்தில குதிரைமொழி தேரிக்காடு. விவசாய வேலை இல்லாத சமயத்தில, எல்லாரும் தேரிக்கு வெறகு பெறக்கக் கிளம்பிருவாங்க. படிப்பை நிறுத்துனதும், நானும் கிளம்பிட்டேன். காலையில தேரிக்குள்ளாற நுழைஞ்சா, சாயங்காலம் சுமைக் கட்டைத் தலையில தூக்கி வச்சுக்கிட்டு வெளியில வருவோம். பாரஸ்ட் ஆபீசருங்க கண்ணுல படாம வெறகை கொண்டு போயி நாசரேத்ல விப்போம். நானும் தேரிக்குப் போனது அப்பாவுக்கு உதவியா இருந்துச்சு.

அய்யாக்கண்ணுன்னு ஒரு பெரியம்மா. என்னைமாதிரி சிண்டுப் பயலுகள உக்கார வச்சு நிறைய கதைக சொல்லும். அது சொல்ற மந்திரவாதி கதை, பேய்க்கதைகள்லாம் காட்சியா விரிஞ்சு பல இரவுகளை பயமுறுத்தியிருக்கு. இருந்தாலும் அந்தக் கதைகள் மேல தனி ஈர்ப்பு. என் ஃபிரண்டு ஒருத்தன், நல்லாப் படிக்கக்கூடியவன். ஒருநாளு நாசரேத் நூலகத்துக்குக் கூட்டிட்டுப்போனான். அங்கேதான் ‘அம்புலிமாமா’வைப் பாத்தேன். பெரியம்மா சொன்ன

பேய்களும் மந்திரவாதிகளும் அந்த புத்தகம் முழுவதும் நிறைஞ்சு கெடந்தாங்க. அதையெல்லாம் படிச்சுட்டு, பெரியம்மா மாதிரியே நானும் பயலுகளைத் தெரட்டி வச்சு கதை சொல்ல ஆரம்பிச்சேன். எப்பவும் என்னைச் சுத்தி பத்து பயலுக நின்னு கதை கேட்டுக்கிட்டு இருப்பானுக.

கொஞ்சம் வெவரம் தெரிஞ்சதும் வயக்காட்டுக்கு வேலைகளுக்குப் போக ஆரம்பிச்சேன். காலையில 8 மணிக்கு கதிரறுக்க இறங்குனா 3 மணி வரைக்கும் குனிஞ்சு நின்னு அறுக்கணும். பின்ன, அதைக் கட்டி களத்துக்குத் தூக்கிட்டுப் போகணும். 2 கிலோ மீட்டர் தள்ளியிருக்கும் களம். கட்டைத் தூக்கி தலையில வச்சா ஓரடி பூமிக்குள்ள இறங்கிட்ட மாதிரி இருக்கும். அப்படியொரு சுமை. எல்லாத்தையும் தாங்கிக்கிட்டு களத்துக்குக் கொண்டுபோயி, கதிரடிச்சு, வட்டத்துல போட்டு, நாலுமாட்டை பெணையில விட்டா, சந்தும் சாவியுமா நெல்லு பிரிஞ்சுரும். அதைச் சொளகுல அள்ளி தூத்திவிட்டா நல்லமணி ஒண்ணாக்கூடும். இதையெல்லாம் செஞ்சு முடிச்சு நிமிந்தாத்தான் கொத்து அளப்பாங்க.

வேலையில்லாத நாட்கள்ல நூலகத்துலதான் பொழுதுபோகும். பாரூக்குன்னு ஒரு பாய் எங்க நூலகத்துக்கு ஆபீசரா வந்தாரு. என் ஆர்வத்தைப் பாத்துட்டு புத்தகங்கள் தந்து படிக்கச் சொல்வாரு. வேலை முடிஞ்சு வந்ததும் சிம்னியைக் கொளுத்தி வச்சுக்கிட்டுப் படிப்பேன். 'இதைப் போல நாமளும் எழுதினா என்ன'ன்னு குருட்டாம்போக்குல ஒரு யோசனை வந்துச்சு. நம்ம மாதிரி ஆட்களுக்கு எழுதுறதுக்கு ஒண்ணுமா இல்லை? ஒவ்வொரு நாளும் படுற வாழ்க்கைப்பாடே ஒரு கதை தானே... நினைச்சதெல்லாம் எழுத ஆரம்பிச்சேன்.

இதுக்கிடையில அம்மா இறந்து போச்சு... தங்கச்சி வளந்து கல்யாணத்துக்கு நிக்கிது. கையில ஒத்தைப் பைசா இல்லே. அப்பா உடல் தளர்ந்துட்டாரு. ஒரே தங்கச்சி... நல்லவிதமா செஞ்சு கொடுக்கணும்... தம்பி படிச்சுக்கிட்டிருக்கான். அங்கேயிங்கே

கடனை வாங்கி கல்யாணத்தை முடிச்சோம். ஆனா அதுக்குப் பிறகு கடன், வட்டி எல்லாம் சேந்து நெருக்கத் தொடங்கிருச்சு. அது ரொம்பக் கொடுமையான கால கட்டம். பிஎஸ்சி படிச்சுக் கிட்டிருந்த தம்பி, எங்க கஷ்டத்தைப் பாத்து, படிப்பை நிறுத்திட்டு பாம்பேக்கு வேலைக்குப் போயிட்டான். எல்லா பிரச்னையும் தீர்க்க எனக்கு இருந்த வழி, கல்யாணம்தான்.

அத்தை மவ... பேரு சரஸ்வதி. உண்மையிலேயே சரஸ்வதிதான். இன்னைக்கு ஒரு எழுத்தாளனா சில பேருக்கு என்னைத் தெரியுதுன்னா, அதுக்குக் காரணம் அவதான். பொண்ணு வீட்டில 7500 ரூபா வரதட்சணையா கொடுத்தாக. 45 ரூபாயில கல்யாணச் செலவை முடிச்சேன். 6500 ரூபா கடனைக் கட்டுனேன். இருக்கிற காசை வச்சு நாசரேத் மில்லுல நெல்லை வாங்கி, அவிச்சு, அரிசியாக்கி மார்க்கெட்டுல விக்கத் தொடங்குனேன். அதிகாலை 5 மணிக்கு எழுந்து சைக்கிளை எடுத்தா, சாயங்காலம் 3 மணிக்கு அம்பாசமுத்திரம், சேரன்மாதேவிக்குப் போய்ச் சேருவேன். 60 கிலோ மீட்டர் அலுக்காம மிதிப்பேன். களங்களுக்குப் போயி நெல்லை வாங்கி, ரெண்டு மூட்டையாக் கட்டி, சைக்கிள்ல ஏத்திக்கிட்டு மிதிச்சா, அதிகாலைக்கு மணிநகருக்கு வந்துருவேன். அரிசியாக்கி வித்தா அம்பது ரூபா நிக்கும். ஓரளவுக்கு வாழ்க்கை சிக்கல் இல்லாம ஓடுச்சு. தீவிரமா எழுதுனேன்.

படிக்காத பய நான்... 'படிக்காதவன் எழுதுறதெல்லாம் ஒரு எழுத்தா?'ன்னு தோணும். அதனால யார்கிட்டயும் காமிக்கிறதில்லை. கலை இலக்கியப் பெருமன்றத்தோட அறிமுகம் கிடைச்சபிறகுதான் பள்ளிக்கூட படிப்புக்கும், எழுத்துக்கும் சம்பந்தமில்லைன்னு புரிஞ்சுச்சு. சிற்றிதழ்கள்ல தொடர்ந்து எழுதுனேன். புத்தகமாவும் கொண்டு வந்தேன். படிச்ச நல்லக்கண்ணு அய்யா, என்னை பல இலக்கியவாதிகளுக்கு அறிமுகப்படுத்தி வச்சார். அவரோட ஏற்பாட்டிலேயே அடுத்த புத்தகம் வந்துச்சு.

இப்ப முன்ன மாதிரி சைக்கிள் மிதிக்க முடியலே. உள்ளூர்ல யாராவது 'நெல்லு இருக்கு'ன்னு சொன்னா வாங்கியாந்து அவிக்கிறது உண்டு. வீட்டுக்குப் பக்கத்தில ஒரு ஓலைச்செட்டு போட்டு பிராய்லர் கடை நடத்துறேன். தினமும் நாலைஞ்சு கோழி ஓடும். பெரிசா வருமானமும் இல்லை... தேவைகளும் இல்லை. இதுவரைக்கும் போட்ட புத்தகங்களுக்கான கடனை போன மாசம்தான் எம் வீட்டுக்காரி பீடி சுத்தி அடைச்சா. அடுத்த புத்தகத்துக்காக திரும்பவும் கடனுக்குச் சொல்லியிருக்கு. இதுவரைக்கும் குழந்தைகள் இல்லே... நாளைக்கு எம்பேரை சொல்லப் போறது எழுத்துதான். அதுக்காக கடம் படுறதுல ஒரு தப்பும் இல்லே..!

கரன் கார்க்கி

தலித்திய இளம் தலைமுறை படைப்பாளிகளில் கரன்கார்க்கி கவனிக்கத்தக்கவர். ஆதிக்க சக்திகளின் ஒடுக்குமுறைகளுக்கு எதிரான எழுத்தாயுதமாகவும், விளிம்பு நிலை மக்களின் விடுதலைக்கான போர்க்குரலாகவும் எழும்பும் கரன்கார்க்கியின் படைப்புகள், சமூகம் கட்டமைத்துள்ள மாயச்சித்திரங்களை தகர்த்தெறிந்து, வாழ்க்கையின் எதார்த்தங்களைக் காட்சிப்படுத்துகின்றன. 'அறுபடும் விலங்கு', 'கருப்பு விதைகள்', 'கறுப்பர் நகரம்' – இம்மூன்றும் கரன்கார்க்கியின் காத்திரமான எழுத்தாண்மையை உணர்த்தும் நாவல்கள்.

வடசென்னையின் கன்னிகாபுரத்தில் வசிக்கும் இந்தப் படைப்பாளிக்கு, அப்பகுதி மக்கள் சூட்டியுள்ள பெயர் 'எலெக்ட்ரீஷியன்'. பாக்கெட்டில் டெஸ்டரோடு சேர்த்து பேனாவும் செருகிக் கொண்ட கரன்கார்க்கியின் வாழ்க்கை எக்காலமும் விளிம்பிலேயே தொக்கி நிற்கிறது. ருஷ்ய இலக்கியங்களில் ஆழங்கால்பட்ட இவர், மாக்சிம் கார்க்கி மேலான காதலால் தினகரன் என்ற பெயரை 'கரன்கார்க்கி' ஆக்கிக் கொண்டார்.

“சென்ட்ரலுக்கும் பேசின் பிரிட்ஜுக்கும் இடையில் 'ஜெகன்னாதபுரம்'னு ஒரு பகுதி இருந்தது பலருக்குத் தெரியாது. அந்

தப்பகுதி இன்னைக்கு குடியிருப்புக்கான அடையாளங்களைத் தொலைச்சுட்டு பூங்காவா மலர்ந்து நிக்குது. அங்கே வாழ்ந்த மூவாயிரம் பேர் இடம் பெயர்ந்துட்டாங்க. குடிசைகளைத் தொலைச்சுட்டு அலையுறது சென்னையின் ஆதிகுடிகளோட துயரத்துல ஒரு அங்கம். அந்த துயரத்தை வார்த்தைப்படுத்துறது எளிதில்லை.

திருமால்பாடில இருந்து பஞ்சம் பிழைக்கவந்த எங்க தாத்தாவுக்கு ஜெகன்னாதபுரம் தான் அடைக்கலம் கொடுத்துச்சு. அப்பா, சாதா ரணத் தொழிலாளி. அவரோட சொற்ப வருமானத்திலதான் 5 பிள்ளைகளைக் கொண்ட எங்க குடும்பம் உயிர் வளர்த்துச்சு. வசதி இல்லன்னாலும், அன்புக்கும் ஆதரவுக்கும் குறைவில்லாம வளந்தோம்.

சென்னையில வசிக்கிற ஆதிகுடிகளுக்கு இனம் புரியாத தாழ்வு மனப்பான்மை இருக்கும். அல்லது அடங்க மறுக்கிற மூர்க்கத்தனம் இருக்கும். மேல மேல ஏற்படும் மனக்காயங்கள்தான் எதிர்மறை யான இந்த ரெண்டு மனநிலைக்கும் காரணம். கிராமத்தை விட நக

ரம் பரவாயில்லை. இங்கே சாப்பாடுபிரதானம். ஜாதி ரெண்டாம் பட்சம்தான். ஆனா, தாக்க எந்த ஆயுதமும் கிடைக்காதபோது, ஜாதியைத்தான் எல்லாரும் ஆயுதமா தரிக்கிறாங்க.

'இந்தக் காலத்திலயும் ஜாதியைப் பத்திப் பேசுறீங்களே'ன்னு சில நல்லவர்கள் கேட்கலாம். ஜாதியாலும் இனத்தாலும் உலகமே பிளவுபட்டுக் கிடக்கு. பஞ்சம், யுத்தம்... எல்லாத்திலயும் நேரடியா பாதிக்கப்படுறது ஒடுக்கப்பட்ட மக்கள்தான். ஒடுக்கப்பட்ட மக்கள் தான் இலங்கையில முள்கம்பி வேலிக்குப் பின்னாடி கிடக்கிறாங்க.

எல்லாம் மாறிடுச்சுன்னு சொல்றது வெறும் அரசியல் ஜாலம். இன்னைக்கு வரைக்கும் ரத்தமும் சதையுமா ஜாதிவெறியோட உக் கிரத்தை அனுபவிக்கிறாங்க எங்க மக்கள். நேரடியா அனுபவிச்ச எல்லாமும் மனசுக்குள்ள காயமும் தழும்புமா இருக்கு.

மத்த பிள்ளைக மாதிரி கெட்டுப் போயிரக் கூடாதுன்னு வீட் டுல பொத்திப் பொத்தி வளத்தாங்க. எங்க ஏரியாவுல காத்தாடி, பம்பரம், கோலி விளையாடாம வளர்ந்த ஆளு நானாத்தான் இருப்பேன். வீட்டுக்குப் பக்கத்தில இருந்த சின்ன நூலகம்தான் உலகம். படிப்புல ரொம்ப சுமார். கணக்கு வரவே வராது. பத்தாம் வகுப்புல கணக்குக்கும் எனக்கும் மிகப்பெரிய போரே நடந்துச்சு. ஆறு தடவை முயற்சி பண்ணியும் கணக்கை ஜெயிக்க முடியல. 'அம்புலிமாமா'வில தொடங்கி, பத்தாவதைத் தொடுறதுக்குள்ள சாண்டில்யன் வரைக்கும் வந்துட்டேன். பாடப்புத்தகங்கள் மேல எவ்வளவு வெறுப்பு இருந்துச்சோ, அதே அளவுக்கு பிற புத்தகங் கள் மேல ஈர்ப்பு இருந்துச்சு. படிச்சது எல்லாத்தையும் சுடச்சுட நண்பர்கள்கிட்ட கொட்டுவேன். விவாதிப்பேன். சண்டை போடு வேன்... அது ரசனையுள்ள நட்பு வட்டம்.

பத்தாம் வகுப்பு பெயிலானதும், அப்பா ஒரு எலெக்ட்ரீஷியன் கிட்ட சேத்துவிட்டார். சிக்கலான வேலை. ஒரு நொடி கவனம் பிசகுனாலும் உயிரைக் குடிச்சிரும். ஒரு எதிர்காலம் வேணுமேன்னு

தொழிலை கொஞ்சம் ஈடுபாட்டோட கத்துக்கிட்டேன். ஒரு வருடத்தில தனியா தொழில் ஆரம்பிச்சுட்டேன். ஆனா எல்லாத்தையும் தாண்டி மனசுக்குள்ள எழுத்தும் வாசிப்பும் உக்காந்திருச்சு. தொழில்ல கவனம் போகவேயில்லை. தெரிஞ்ச சில கான்ட்ராக்ட் ஆட்கள் அப்பப்போ கூப்பிட்டு வேலை தருவாங்க. மாசத்துல ஒண்ணோ, ரெண்டோ வேலை கிடைக்கும். வேலை முடிச்சு சம்பளம் வாங்கினதும், நேரா நியூ செஞ்சுரி புக் ஹவுஸ் போயிருவேன். அதுதான் என்னோட பல்கலைக்கழகம். சம்பளக்காசுல பாதிக்கு புத்தகங்கள் வாங்கிட்டு மீதியை அம்மாகிட்ட கொடுப்பேன். இவன் இவ்வளவுதான்னு முடிவு பண்ணிட்டாங்களோ என்னவோ, முகம் சுளிக்காம வாங்கிக்குவாங்க.

தொடக்கத்துல கவிதை எழுதணும்ங்கிறது என் லட்சியம். மரியா பிரிலெழாயெவா எழுதின 'லெனினுக்கு மரணமில்லை' புத்தகமும், தந்தை கே.டேனியல் எழுதின 'பஞ்சமர்' புத்தகமும்தான் என் அகக்கண்களை திறந்துச்சு. எனக்கும், என் சமூகத்துக்கும் இழைக்கப்படுற கொடுமைகளும், அதுக்குப் பின்னான நுண்ணிய அரசியலும் புலப்பட்டுச்சு.

ஒடுக்கப்பட்ட மக்களோட நிலை உலகம் முழுதும் ஒரேமாதிரிதான் இருக்கு. ருஷ்யாவிலயும், இலங்கையிலயும் என்ன நடந்ததோ, நடக்குதோ... அதுதான் என்னோட தெருவிலயும் நடக்குது. நமக்காக குரலெழுப்ப எங்கிருந்தும் யாரும் வரப்போறதில்லை. நாமே எழுப்பணும். நம்ம வாழ்க்கையையே எழுதணும்னு முடிவு செஞ்சது அந்தத் தருணத்திலதான்.

சென்னையில் வாழும் ஆதிகுடி களோட வாழ்க்கைமுறைகளை ஆய்வு பண்ண ஆரம்பிச்சேன். அவங்களோட மொழி, சொல்லாடல், உடல்பாவனை எல்லாத்திலயும், அவங்களே அறியாமல் ஒரு அரசியல் இருக்கு. 'வாம்மே...', 'போம்மே'ங்கிற அவங்க மொழி, வெள்ளையனோட 'வா மேன்', 'போ மேன்'ங்கிறதோட சுருக்க வடிவம்னு புரிஞ்சுச்சு. 'சிவப்பா இருக்கிறவன் பொய் பேசமாட்டான்'ங்கிற நினைப்புல துரைகள் சொல்றதையே வேதவாக்கா நினைச்சி, அதையே தங்களோட மொழியா மாத்திக்கிட்டாங்க.

ஒவ்வொரு தலித்மேல விழுற சாட்டையடியும் என் முதுகுலயும் விழுந்துச்சு. எங்கோ ஒரு தலித்துக்கு புகட்டப்பட்ட சாணிப்பால் என் மேலயும் தெறிச்சுச்சு. துப்பாக்கிக்கு தெரியுது, யாரை சுடணும்னு; லத்திக்குத் தெரியிது, யாரை அடிக்கணும்னு. ஆதிக்க வர்க்கம், அதிகார வர்க்கம் எல்லாமே ஒடுக்கப்பட்ட மக்களுக்கு எதிரா இருக்கு. நிற விடுதலை, சமூக விடுதலை, மனித விடுதலை... இதை நோக்கித்தான் எழுத்துப் பயணம் இருக்கணும்னு முடிவு பண்ணினேன். வேலை, குடும்பத்தை

எல்லாம் ஒதுக்கி வச்சுட்டு, என் கோபம், இயலாமை எல்லாத் தையும் திரட்டி அஞ்சே மாசத்துல 'அறுபடும் விலங்கு' நாவலை எழுதி முடிச்சேன். ஆனா அதை புத்தகமாக்க 9 வருடங்கள் தேவைப்பட்டுச்சு. எல்லாரும் 'நல்லாயிருக்கு'ன்னு சொல்லி திருப்பிக் கொடுத்திட்டாங்க. சில பதிப்பகங்கள், 'இதை எங்களால போட முடியாது தம்பி'ன்னு சொன்னாங்க. பேராசிரியர் யாழினி முனுசாமி தைரியமா முன்வந்தார். அந்த புத்தகத்தைப் பாத்த உத் வேகத்தோட மற்ற இரண்டு நாவல்களையும் எழுதுனேன்.

இப்போ திருமணமாயிடுச்சு. மனைவி அபிராமியோட உல கத்தில மூணேபேர்... நான், யாழிசைபாரதி, முகில்மொழியன். குழந்தைங்க வாழ்க்கையை முழுமையடைய வச்சிருக்காங்க. அப்பா வும், அம்மாவும் வியர்வையைக் கொட்டி கட்டி வச்ச வீடு இருக்கு. கையில தொழில் இருக்கு. 'பிள்ளைக்கு ஃபீஸ் கட்டணும், அரிசி வாங்கணும்... பண்டிகைக்கு புது டிரஸ் எடுக்கணும்'னு அபிராமி சொன்னா, பேனாவை மூடிவச்சுட்டு டெஸ்டரையும், கட்டிங் பிளேயரையும் எடுத்துக்கிட்டு கிளம்பிருவேன்.

சக மனிதனை சுரண்டுற நோக்கத்துல நிகழ்த்தப்படுற வன் முறைகளுக்கு எதிரா என்னால எதுவும் செய்ய முடியல. அந்த வேதனையை எழுத்து மூலமா தீர்த்துக்கிறேன். அந்த எழுத்து பாதிக்கப்பட்டவங்களோட மௌனத்தை கிளறிவிடும்னு நம்புறேன். அந்த நம்பிக்கைதான் என் அடுத்த வார்த்தையைத் தீர்மானிக்குது...

பாப்லோ அறிவுக்குயில்

“எழுதி உலகத்தை ஜெயிக்கவெல்லாம் எழுத வரலே... உள்ளுக்குள்ள இருக்கிற வலியை எழுத்தைக் கொண்டு ஆத்திக்கிறேன்... அவ்வளவுதான்! இன்னைக்கும் வலிக்க வலிக்க அடிச்சுக்கிட்டிருக்கிற மேல்தட்டு மக்களை எதுத்துக் கேக்கமுடியாம, ‘நீ குட்டிச்சுவராப் போயிருவே’ன்னு மனசுக்குள்ளயே திட்டிட்டு அமைதியாப் போறான் பாருங்க... அந்தமாதிரி எழுதிட்டுப் போறேன்...”

– உணர்வுபூர்வமாகப் பேசுகிறார் பாப்லோ அறிவுக்குயில் என்கிற அறிவழகன். தலித் விடுதலையையும், விளிம்பு நிலை மக்களின் வழக்காறுகளையும், மறைந்துபோன கலாசாரக் கூறுகளையும், மனித முரண்பாடுகளையும் உள்ளீடாகக் கொண்டு எழுதும் இவர், அரியலூரை ஒட்டியுள்ள வெண்மான்கொண்டான் கிராமத்தைச் சேர்ந்தவர். தோட்டத் தொழிலாளி. ‘கிளுக்கி’, ‘வெயில் மேயும் தெருவில்’, ‘குதிரில் உறங்கும் இருள்’, ‘பாப்லோ அறிவுக்குயில் சிறுகதைகள்’ ஆகியவை, காத்திரமான தலித் இலக்கியப் படைப்பாளியாக அறிவுக்குயிலை அடையாளப் படுத்தும் நூல்கள்.

"எல்லா நாடுகள்லயும் பிறக்குற குழந்தை ஆணாவோ, பெண்ணாவோ, திருநங்கையாவோதான் இருக்கு. ஆனா இங்கே மட்டும்தான், பிறக்கும்போதே குழந்தைகள் மேல ஜாதி அடையாளம் ஒட்டியிருக்கு. குறிப்பா, தலித் குழந்தைக்கு பள்ளிக்கூடமே பலிபீடமாயிடுது. 'நீயெல்லாம் ஏண்டா பள்ளிக்கூடத்துக்கு வர்றேன்னு ஆசிரியரே அந்நியப்படுத்தலை தொடங்கி வைக்கிறார்.

எங்க அப்பா இந்த விஷயத்துல கொஞ்சம் புரட்சி செஞ்சவர். முரட்டுத்தனமான ஆளு. இந்த சுத்துவட்டாரத்துலயே ராணுவத்துக்குப் போன முதல் மனுஷன். வீதியில நாற்காலியைப் போட்டு, கால்மேல கால் போட்டுக்கிட்டு சிகரெட் புடிச்சபடி தெனாவட்டா உக்காந்திருப்பார். அது ஒரு எதிர்ப்புணர்வு. எதிர்ப்பு இல்லாத இடத்திலதான் ஆதிக்க வர்க்கம் வேலையக் காமிக்கும்.

தாத்தா சுவாமிநாதன் தவில் கலைஞர். அம்மானை பாடினார்னா நேரம் போறது தெரியாம கேக்கலாம். நிறைய கதை சொல்லுவார். அவரோட கதைகள்தான் என்னையும் கதைசொல்லியா மாத்தியிருக்கணும். அம்மா பேரு நாகரத்தினம். நல்ல வசதியான குடும்பத்தில பிறந்தவங்க. நான் மூணாவது வரைக்கும் வெண்மான்கொண்டான்ல படிச்சேன். அதுக்குப்பிறகு டேராடூனுக்கு எங்களை அழைச்சுக்கிட்டுப் போயிட்டார் அப்பா. அப்புறம் அங்கிருந்து பூனாவுக்குப் போனோம். தொடர்ந்த இடம் பெயரல் பால்யத்தோட கொண்டாட்டங்களை சிதைச்சிருச்சு.

ஒண்ணும் பெரிய வித்தியாசமில்லை. தமிழ்நாட்டுல ஜாதிப்பிரச்னைன்னா, வடநாட்டுல இனப்பிரச்னை. எந்த பயலும் என்னை விளையாடச் சேத்துக்க மாட்டான். அங்கேயும் தனிமைதான். 'மதராசி குத்தா ஆஹையா'ன்னு திட்டுவான். அங்கேயும் தனிச்சே வாழவேண்டி யிருந்துச்சு. அப்புறம் அப்பாவை அசாமுக்கு மாத் திட்டாங்க. அம்மாவோட ஊரான உட்கோட்டைக்கு வந்துட்டோம். இதுக்கிடையில இரண்டு தங்கைகளும் பிறந்துட்டாங்க.

7ம் வகுப்பு படிக்கும்போது, எதிர்பாராத சோகம்... பணிக்காலம் முடிச்சு ஊருக்கு வந்த அப்பா, அரசு சிமென்ட் ஆலையில டிரைவரா வேலைக்குச் சேந்தார். திடீர்னு ஒருநாள் இன்னொரு பெண்ணைக் கல்யாணம் பண்ணிக்கிட்டு போயிட்டார். அது வரைக்கும் வரப்பக்கூட மிதிச்சுப் பாக்காத அம்மா, களையெடுக்கவும், கதிரறுக்கவும் போய் எங்களுக்கு கஞ்சி ஊத்தவேண்டிய நிலை. அப்பா எங்க படிப்புச் செலவை மட்டும் ஏத்துக்கிட்டாரு.

என் வாசிப்பு தொடங்கினது, உட்கோட்டையில ஆசிரியையா இருந்த எங்க பெரியம்மா வீட்டில தான். நிறைய வாசிப்பாங்க. ஷெல்ப் நிறைய புத்தகம் வச்சிருப்பாங்க. சிறுவர் கதை

114 எமக்குத் தொழில் எழுத்து

கள் தொடங்கி, நவீன தலித் இலக்கியம் வரைக்கும் இருக்கும். அந்த அறைதான் என் உலகம். பிளஸ் 2 முடிச்சபிறகு, தமிழ் படிக்கணும்னு ஆசை. 'தமிழ் படிச்சா வீட்டுல உக்காந்து பேப்பர்தான் படிக்கலாம். ஒரு வேலையும் கிடைக்காது. கெமிஸ்ட்ரி படிடா'ன்னாரு அப்பா. தமிழ்தான் படிப்பேன்னு நின்னேன். 'நான் சொல்றதைக் கேக்கலன்னா படிப்புக்குப் பணம் தரமாட்டேன்'னு மிரட்டுனார். வேற வழியில்லாம கெமிஸ்ட்ரி சேந்தேன்.

கல்லூரி வேறுமாதிரியான உலகம். இடதுசாரி இயக்கங்களோட தொடர்பு கிடைச்சுச்சு. வாசிப்பு உலகமும் விரியத் தொடங்குச்சு. பூர்ணசந்திரன்னு ஒரு பேராசிரியர். அவர்தான் என் வாசிப்பையும், எழுத்தையும், களத்தையும் நேர்ப்படுத்துனவர். என் தோழன் அருள், நவீன இலக்கியங்களை அறிமுகப்படுத்துனான். ஜாதீய அடக்குமுறை, தீண்டாமைக்கு எதிரா நானும் கவிதைகள் எழுதத் தொடங்குனேன்.

கவிதை குடியிருக்கிற மனதுல காதல் வர்றது இயல்புதானே..? புயல் மாதிரி வந்துச்சு ஒரு காதல். ஆறேழு மாதம் அதிவேகமா நகர்ந்த காதல், ஒரே வருடத்தில உச்சத்துக்குப் போயிடுச்சு. திடீர்னு ஒருநாள் வீட்டுக்கு வந்து நின்னா... எல்லாரும் சேந்து கல்யாணம் பண்ணி வச்சாங்க. அப்போ நான் முதல் வருட மாணவன். கல்யாணத்துக்குப் பிறகு ரெண்டு பேரும் கல்லூரிக்குப் போனோம். ஆனா, எனக்கு படிப்பு ஒட்டலே. நான் விரும்பாத ஒரு பாடம்... வயசுக்கு மீறிய திருமணச் சுமை... எல்லாம் சேந்து அழுத்தத் தொடங்குச்சு. அப்பாவை பழிவாங்குறதா நினைச்சு, தேர்வெழுதாம விட்டுட்டேன்.

பரிபூரணமான புரிதலுக்கும், காதலுக்கும் பக்குவம் அவசியம். பதினேழு, பதினெட்டு வயசுல வர்ற காதல் வெறும் இனக்கவர்ச்சி. வாழ்க்கையை முடக்கிப் போட்டுடும். அதை அனுபவ பூர்வமா உணர்ந்தேன். லட்சியமெல்லாம் கருகிப் போயிட்ட மாதிரி இருந்துச்சு. 'பூ வாங்கக்கூட சம்பாதிக்க மாட்டேங்கிற, எல்

லாத்துக்கும் அப்பாகிட்ட போய் நிக்குறே, வெட்கமா இருக்கு... வா தனியாப் போயிடலாம்'னு கூப்பிட்டா வைராக்கியத்துல 50 ரூபாய்க்கு ஒரு வீடு பாத்துக்கிட்டு கிளம்பிட்டேன். ஒரு செராமிக் பைப் கம்பெனியில வேலைக்குச் சேந்தேன். கருத்து வேறுபாடும், மன இறுக்கமும் அதிகரிச்சுக்கிட்டே போச்சு.. ஒரு கட்டத்துல, வேறொரு வாழ்க்கையை தேர்வு பண்ணிக்க வேண்டிய நெருக்கடி அந்தப் பெண்ணுக்கு!

இனி வாழ ஒண்ணுமே இல்லைங்கிற விரக்தி... செத்துடலா மான்னு கூட தோணுச்சு. ஆனா கொஞ்ச நாள்லயே தெளிவ டைஞ்சுட்டேன். வேதனையையும் கோபத்தையும் எழுத்தால தணிச்சுக்கிட்டேன். உரைநடையும், சிறுகதையும் பழகினேன். நிறைய தலித்திய நாவல்கள் வாசிச்சேன். நவீன படைப்பாளிகளை உள்வாங்குனேன். அமெரிக்க ஏகாதிபத்தியத்தை எழுத்தால அதிர வச்ச பாப்லோ நெருடா என்னை ரொம்பவே பாதிச்சார். என் சமூ கத்தின் நிறம் கறுப்பு. அதுவே விடுதலைக்கான நிறமும். கறுப்பின் பிம்பமா இருக்கிற குயிலை பெயரோட இணைச்சு, பாப்லோ அறி வுக்குயில்னு பேரை வச்சுக்கிட்டு எழுதத் தொடங்குனேன். என் கொள்கைக்கு உடன்பட்ட எல்லா இதழ்கள்லயும் படைப்புகள் வரத் தொடங்குச்சு. சாப்பாடு வேணுமே..? பாண்டிச்சேரியில ஒரு ஓட்டல்ல வெயிட்டரா கொஞ்ச நாள் வேலை செஞ்சேன். நினைவுகளோட அழுத்தத்தால திரும்பவும் ஊருக்கு வந்து, எல்ஐசி ஏஜென்டா இருந்தேன். என் குணத்துக்கு வசதிப்பட்ட வேலை. இனி எழுத்தைத் தவிர வாழ்க்கையில வேறெந்த இலக்கும் இல்லை.

அரியலூர் அரசுக்கல்லூரியில பணிபுரிஞ்ச பேராசிரியர் அ.மார்க்ஸை சந்திச்சபிறகு, என் எழுத்தும் வாழ்க்கையும் மாறுச்சு. உணர்வுகளால நிறைஞ்சு கிடந்த என் படைப்புகளை செதுக்கி, ஒழுங்குபடுத்தினவர் அவர்தான். தலித் சமூகத்தைச் சேர்ந்த ஒருத்தன் உலக இலக்கியமே செஞ்சாலும்கூட, அதை அங்கீகரிச்சு வெளியிடுறது சாத்தியமில்லை. அதனாலேயே அறிவுலகத்துல தலித்களோட பங்களிப்பு குறுகிப் போயிருக்கு. இதை உணர்ந்த அ.மார்க்ஸ் 'விளிம்பு டிரஸ்ட்'னு ஒரு டிரஸ்ட்டை ஆரம்பிச்சு தலித் இலக்கியங்களை வெளியிட முடிவு செஞ்சார். முதல் வெளியீடா அவர் தேர்வு செஞ்சது என்னோட சிறுகதைகளை. அங்கிருந் துதான் என்னோட 'கிளுக்கி' வெளிவந்துச்சு.

இனிமே குடும்ப வாழ்க்கையே தேவையில்லைன்னு முடிவோட இருந்தேன். கீழக்கொளத்தூர் தொடக்கப்பள்ளியில ஆசிரியையா இருந்த செல்லம் டீச்சர் என்னை இளக வச்சுட்டாங்க. வாசிப்பு, ரசனை, சிந்தனை எல்லாம் ரெண்டு பேரையும் ஒரே நேர்க்கோட் டில இணைச்சுச்சு. அவங்களும் மணமுறிவு பெற்றவங்க. ஒரு கட்

டத்துல திருமணத்துல இணைஞ்சோம். அதுக்குப் பிறகு எல்ஐசி வேலையையும் விட்டுட்டேன்.

இப்போ வாழ்க்கை வேறு வடிவம் எடுத்திடுச்சு. யாராவது தோட்ட வேலைக்குக் கூப்பிட்டா போறதுண்டு. மற்றபடி வீடும், என் தோட்டமும், என் நாய்களும், என் கோழிகளும்தான் உலகம். எங்க தனிமையைப் போக்குறது இந்த குழந்தைகள்தான். தென்னை, மா, பலா, சப்போட்டான்னு ஒரு பழத்தோட்டம் போட்டிருக்கேன். பள்ளிக்கூட வயசுல அம்மா என்னை அரவணைச்ச மாதிரி இப்போ செல்லம் டீச்சர். தாயோட சிறகுக்குள்ள இருக்கிற கோழிக்குஞ்சு மாதிரி இருக்கு மனசு. தினமும் வாசிக்கிறேன். எப்பவாவது எழுதுறேன். என்னைக்காவது வேலைக்குப் போறேன். வாழ்க்கை ஓடிக்கிட்டிருக்கு... கடைசி காலத்துக்குள்ள உருப்படியா எதையாவது எழுதி விட்டுட்டுப் போவேன். எனக்கு மட்டுமில்ல, செல்லம் டீச்சருக்கும் அதுதான் லட்சியம்!

22

புதுகை சஞ்சீவி

புதுகை சஞ்சீவி, தமிழ் இலக்கிய பிதாமகன்களில் ஒருவரான கந்தர்வனின் மாணவர். குழந்தைகளின் குதூகல உலகத்தையும், நகரம் சார்ந்த விளிம்பு மக்களின் துயரத்தையும் காட்சிப்படுத்து பவர். 'வண்ணத்துப் பூச்சிகளும் கண்ணாடி அறைகளும்' என்ற சிறுகதை நூல் இவரின் கவனிக்கத்தக்க படைப்பு. புதுக்கோட்டை, பிரகதாம்பாள் தியேட்டர் அருகில், வெள்ளந்தி சிரிப்போடு லோடு ஆட்டோ ஓட்டுகிற சஞ்சீவியை எளிதாக அடையாளம் காணமுடியும். சிரிக்கச் சிரிக்கப் பேசுகிற சஞ்சீவியின் வாழ்க் கையில் ஏகப்பட்ட தழும்புகள்.

"கற்பனைக்கு அப்பாற்பட்டது என் வாழ்க்கை. பேசினா என் னையறியாம அழுவேன். இதைப் படிச்சு முடிச்சபிறகு, 'இப்படியும் ஒரு மனுஷன் வாழமுடியுமா'ன்னு கேள்வி எழலாம். அல்லது, 'இப்படியொரு மனுஷன் ஏன் வாழணும்'னு கூட தோணலாம். எல்லாத்தையும் பாத்துப் பாத்து கண்ணும் மனசும் மரத்துப் போச்சு. எழுத்தும், வாசிப்பும் இல்லைன்னா என்னைக்கோ நான் முடிஞ்சு போயிருப்பேன்..." என்கிறவரின் சிரிப்பில் இழையோடு கிறது விரக்தி!

“அப்பா டிரைவிங் ஸ்கூல் நடத்துனார். அவரால அஞ்சு ரூபாய் மிச்சப்படுத்த முடியாது. திட்டமில்லாத செலவாளி. சமூகசேவைங் கிற பேர்ல அர்த்தமில்லாத செலவுகள் செய்வார். முதல் தாரம் இறந்துட்டாங்க. என் அம்மா, ரெண்டாம் தாரம். அம்மாவுக்கு கண் தெரியாது. உறவுகளோட எதிர்ப்பை மீறி அப்பா கல்யாணம் பண்ணி யிருக்கார். மொத்தம் 11 பிள்ளைங்க. அதுல மிஞ்சுனது நாலுதான். அதிலயும் ஒரு அண்ணன் தூக்குப் போட்டுக்கிட்டு இறந்துட்டான். கடைசியா ஒரு அக்கா, ஒரு அண்ணன், நான்... அண்ணன் உள வியல் சிக்கலுக்கு உள்ளான ஆள். என்ன சாபமோ, தொடக்கத்துல இருந்தே துயரம் துரத்திக்கிட்டே இருக்கு.

5வது படிக்கும்போதே, அப்பா எங்களை ஐஸ் விக்க அனுப் பிட்டார். விடுமுறை நாட்கள்ல பெட்டியில சேமியா, ஜவ்வரிசி ஐஸ்களை அடுக்கி தலையில வச்சுக்கிட்டு தெருத்தெருவா ‘ஐஸ், ஐஸ்’னு கூவி வித்துட்டு வருவோம். ஓடியாடி விளையாடுற மத்த பிள்ளைகளைப் பாக்கும்போது கஷ்டமா இருக்கும். ஸ்கூல்ல பசங் கள்ல இருந்து வாத்தியார் வரைக்கும் ‘ஐஸ் விக்கிறவன்’னு கிண்டல் பண்ணுவாங்க. நமக்கு மட்டும் ஏன் இப்பிடியொரு பாடுன்னு நினைச்சு அழுவேன். அண்ணன் தற்கொலை பண்ணிக்கவும், இன் னொருத்தன் மனச்சிக்கலுக்கு உள்ளாகவும் இந்தக் கொடுமையான வாழ்க்கைச்சூழலே காரணமா இருக்கலாம்.

அக்கா வயசுக்கு வந்து நின்ன நேரத்துல கல்யாணம் பண்ணி வைக்க அப்பாவுக்கு வழியில்லை. 40 பக்க நோட்டை எடுத் துக்கிட்டு போய் நன்கொடை வசூலிச்சார். ‘பிள்ளைகளை பெக்கத் தெரிஞ்ச உனக்கு கல்யாணம் பண்ணி வைக்கத் துப்பில் லையா’ன்னு சிலர் நோட்டைத் தூக்கி வீசினப்போ, அப்பா கூனிக்குறுகி நின்னார். அந்த வலியும், வருத்தமுமே அவரோட உயிரைப் பறிச்சுடுச்சு.

அவர் இறக்கும்போது நான் 9ம் வகுப்பு படிச்சுக்கிட்டிருந்தேன். வருமானத்துக்கு வழியில்லை. சர்ச்ல மதியம் மட்டும் ‘கட்டளைச் சாப்பாடு’ன்னு ஒண்ணு உண்டு. அதுதான் எங்க உயிரை வளர்த்துச்சு. ராத்திரிக்கு மைதா வாங்கி ரொட்டி தட்டி சாப்பிடுவோம். காலை யில பக்கத்து வீடுகள்ல பழைய சோறு, இட்லி ஏதாவது மீதமிருந்தா தருவாங்க.

படிப்புச் செலவை சர்ச்ல ஏத்துக்கிட்டாங்க. பத்தாம் வகுப்பு முடிச்சபிறகு, மேல படிக்க வலியுறுத்தினாங்க. ஆனா, ‘எவ்வ ளவு காலத்துக்கு ஓசிச்சோறு திங்கிறது... வேணாம்’னு காய்கறிக் கடைல வேலைக்குப் போனேன். மூட்டை தூக்குற வேலை. தாழ்வு மனப்பான்மைல யாருகூடவும் பேசமாட்டேன்; பழகமாட்டேன்.

எதையும் வெளிப்படுத்தவும் தெரியாது. 'தோத்தாங்கோழி', 'உம்ம ணாம்மூஞ்சி'னு திட்டுவாங்க.

எனக்கு இருந்த ஒரே சுதந்திரம் வாசிப்பு. அது தற்செயலா அமைஞ்சது. புத்தகங்களோட உலகத்துக்குள்ள நான் சுதந்தி ரமா வாழ்ந்தேன். அங்கே என்னை ஜெயிக்கவோ, கேள்வி கேட்கவோ யாருமே இல்லை. 'அம்புலிமாமா'வில தொடங்கி, ராஜேஷ்குமார், பட்டுக்கோட்டை பிரபாகர்னு வளர்ந்த வாசிப்பு, மேலாண்மை பொன்னுச்சாமி, கந்தர்வன்ல வந்து நின்னது தற்செயல்.

காய்கறிக்கடை வருமானம் போதலை. திரும்பவும் ஐஸ் விக்க வந்துட்டேன். சைக்கிள்ல வியாபாரம் பண்ணினேன். எந்த எதிர் பார்ப்பும் இல்லாம வாழ்க்கை ஓடிக்கிட்டிருந்தப்போதான் அந் தக் கொடுமை. உறவுக்காரப் பெண்ணை திருமணம் செஞ்சுக்க ஆசைப்பட்டேன். 'ஐஸ் விக்கிறவனுக்கு பெண் தரமாட்டோம்'னு சொல்லிட்டாங்க. அந்தப் பெண் இல்லாத வாழ்க்கையை கற்பனை கூட செய்ய முடியல. வெறுப்புல தற்கொலை முடிவு எடுத்தேன். மரணத்தோட விளிம்புல என்னைக் காப்பாத்திட்டாங்க. ஆனா, அதுக்குப்பிறகு என் உடம்போட தன்மையே மாறிப் போச்சு. மீசை கொட்டிடுச்சு; உடம்பு மென்மையாயிடுச்சு. ஊர்ல எல் லாரும் கிண்டல் பண்ண ஆரம்பிச்சுட்டாங்க. அந்த வேதனை, உடம்புல இருந்த வலியை விடவும் கொடூரமா இருந்துச்சு. வீட்ல

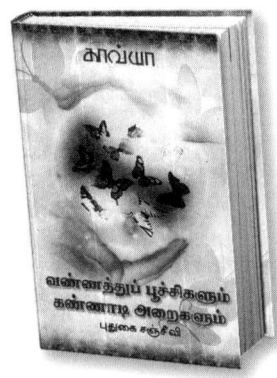

சொல்லிக்காம மதுரைக்கு ஓடிட்டேன். அங்கிருந்து திருப்பூர் சாயப்பட்டறை. நாலஞ்சு வருஷம் சுத்தித் திரிஞ்ச பிறகு புதுக்கோட்டைக்கு வந்தேன். வீட்ல திருமணம் செஞ்சுக்க வலியுறுத்தி னாங்க. இன்னொரு பெண்ணோட வாழ்க்கையில விளையாட எனக்கு விருப்பமில்லை.

எங்கே போனாலும் கேலி, கிண் டல். 'திருநங்கை'ன்னு என் காதுபட கேலி பேசினாங்க. வாழ்க்கை மேல இருந்த வெறுப்பும், மனசுல இருந்த வலியும் எழுத்தா வெளிப்பட்டுச்சு. நேரா பேச முடியாத எல்லாத்தையும் எழுத்தால பேசுனேன். பிழைப்புக்காக ஒரு பழக்கடையில வேலைக்கு சேந்தேன். அங்கே நிறைய ஆட்டோ டிரைவர்கள் வருவாங்க. அவங்களைப் பாத்து, ஆட்டோ டிரைவராக ஆசை வந்துச்சு. கத்துக்கிட்டு லோன்ல ஆட்டோ வாங்குனேன். ஆனா என் மென்மையான அணுகுமுறை என்னைப் பிழைக்க விடல. அதை வித்துட்டு லோடு ஆட்டோ வாங்குனேன். ஆனா, அது என்னை திரும்பவும் விளிம்புக்குத் தள்ளிடுச்சு. கடன், வட்டி, வட்டிக்கு வட்டின்னு எல்லாம் போயிடுச்சு. இப்போ அக்காவும், அத்தானும் ஒரு லோடு ஆட்டோ வாங்கிக் கொடுத்திருக்காங்க.

என் வாழ்க்கையை புரட்டிப் போட்டது தமிழ்நாடு முற்போக்கு எழுத்தாளர் சங்கம். வாழுற நம்பிக்கையையும், சமூகப் பொறுப்பையும் உணர்ந்தது அங்கேதான். கந்தர்வன் ஐயா என் எழுத்தை செழுமைப் படுத்தினார். 'கிளைத்தல்'னு நான் எழுதின ஒரு கதையைப் படிச்சுட்டு சடார்னு சேர்ல இருந்து எழுந்திருச்சார். 'சந்திரா... இங்கே வா! சஞ்சீவி எப்படி எழுதியிருக்கான் பாரு'ன்னு தன் மனைவியைக் கூப்பிட்டு கதையை காமிச்சார். வீட்டுக்குள்ள போயி, ஒரு தட்டுல பேன்ட்–சர்ட் எடுத்து வச்சு, 'உன்னை ஆசீர்வதிக்கிறேன்டா.. நல்லா வருவே'ன்னு உச்சி மோந்து பாராட்டினார். அதுக்காகவே பிறந்த மாதிரி இருந்துச்சு. எங்க அப்பா இறந்தப்போ, எவ்வளவோ முயற்சி பண்ணியும் ஒரு சொட்டு கண்ணீர் கூட வரலே. ஆனா, கந்தர்வன் ஐயா இறந்த அன்னிக்கு நான் வடிச்ச கண்ணீர்தான் அவருக்கும் எனக்குமான நட்புக்கு சாட்சி.

பல கசப்புகளைக் கொடுத்த இறைவன், கொஞ்சமே கொஞ்சமா சில சந்தோஷங்களையும் கொடுத்திருக்கார். கடவுள் மாதிரி வந்தமைஞ்ச எங்க அக்கா கணவர், எங்க அம்மாவை, தன் அம்மாவைப் போல பராமரிக்கிறார். தமிழ்ச்செல்வன், தனிக்

கொடி, ராசி. பன்னீர்செல்வம்னு என்னை வளர்த்துப் பாக்க ஆசைப்படுற நல்ல மனிதர்கள்... இப்போ நம்பிக்கை வந்திருக்கு. நான் இனி வாழ முடியும்; ஏதாவது நல்ல விஷயங்கள் செய்ய முடியும்.

சின்னச் சின்னதா சில ஆசைகள் இருக்கு. மொத்தமா ஆயிரம் ரூபாய் எடுத்துக்கிட்டுப் போய் புத்தகங்கள் வாங்கணும். முன்னாடி ஒரு மேஜையும், ஓயர் சேரும் வாங்கிப் போட்டு, அதில உக்காந்து படிக்கணும். 'காலச்சுவடு', 'உயிர்மை' மாதிரி பளீர்னு வெளிச்சம் தர்ற பதிப்பகங்கள்ல புத்தகம் போடணும். நினைக்கவே சந்தோஷமா இருக்கு!"

வே.பாபு

வே. பாபுவின் கவிதைகளைப் படிக்கிறபோது, தக்கையைப் போல மனம் லேசாகி, இருளானதொரு வெளியில் மௌனித்துக் கொள்கிறது. சேலம் அம்மாபேட்டை, முருகன் கோயில் முகப்பில் பூக்கடைக்காரராக அறியப்படுகிறார் வே.பாபு. இவரது முதல் தொகுப்பான 'மதுக்குவளை மலர்' மிகவும் கவனம் பெற்ற இலக்கியப் பிரதி. குழந்தைகளின் இயல்பைக் கொல்லும் கொடுமைகளை முன்வைத்து 'கருகும் அரும்புகள்' என்றொரு நூலையும் வெளியிட்டுள்ளார்.

"தற்கொலை செஞ்சுக்கணும்... இல்லைன்னா எழுதணும்... இந்த ரெண்டே முடிவுகளோட சுயசார்பான வாழ்க்கையைத் தொடங் கின ஆளு நான். தற்கொலை செஞ்சுக்கறதை விட எழுதுறது வசதி. அதனாலதான் எழுதுறேன். சமூகத்தில நடக்கிற கொடுமைகளை எதுத்துக் கேட்கமுடியாத கையறு நிலை. கண் முன்னாடி நடக்கிற தவறுகளை திருத்த முடியாத குற்ற உணர்வு. இதையெல்லாம் எழுத் தால வெளிப்படுத்துறேன்" என்கிற பாபுவின் பூர்வீகம், சேலத்தை அடுத்துள்ள மாசிநாயக்கன்பட்டி. வழிவழியாக அங்குள்ள மாரி யம்மன் கோயிலில் பூஜை செய்யும் உரிமை பெற்ற குடும்பம்.

“கோயில்ல கிடைக்கிற தட்டுக்காசு போதாத சூழல்ல, துணைத்தொழிலா பூ வியாபாரத்தைத் தொடங்குனார் தாத்தா. அவருக்குப் பிறகு பெரியப்பா கோயிலைப் பாத்துக்கிட்டார். அப்பா, பூ வியாபாரத்தை ஏத்துக்கிட்டார். கிராமத்துல பூக்கட்டி குடும்பத்தை ஓட்டமுடியாது. அதனால சேலம் வந்துட்டார். நாங்க மூணு பிள்ளைங்க. அதிகாலையில கடைக்கு வந்தா, ராத்திரி 11 மணிக்கு மேல தூங்க மட்டும்தான் வீடு. நல்லாப் படிச்சு அரசாங்க வேலைக்குப் போகணும்னு அப்பாவுக்கு ஆசை. ஆனா குடும்பச்சூழல் அவரை பூக்கடைக்குள்ள முடக்கிடுச்சு. அதனால எங்களை நல்லா படிக்க வைக்க நினைச்சார்.

இப்போ மாதிரியில்லை. அப்போ, வேலை நிறைய வரும். கல்யாண வீடுகள்ல பூ அலங்காரம் பண்ணக் கூப்பிடுவாங்க. மூங்கில் குச்சியை வளைச்சுக் கட்டி, மேல வாழைமட்டையை வச்சு முடைஞ்சு, பூக்களைக் குத்தி அலங்கரிப்போம். இறுதி ஊர்வலத்துக்கு தேரலங்காரம் செய்ற வேலைகள் வரும். இதுதவிர கிரகப்பிரவேச மாலை, கல்யாண மாலைன்னு எப்பவும் பரபரப்பா வேலை இருக்கும்.

பத்து வயசுலயே மாலை கட்டப் பழகிட்டேன். பள்ளிக்கூடம் போறதுக்கு முன்னாடி, சைக்கிள்ல கூடையைக் கட்டிக்கிட்டு தெருத்தெருவா பூ விப்பேன். சாயங்காலம் கடையில உக்கார்ந்திருவேன். பூக்கட்ட வாங்குற பழைய பேப்பர்கள், இதழ்களை படிப்பேன். பாடப்புத்தகங்கள்ல இல்லாத வேறு ஏதோ அந்த இதழ்கள்ல இருந்துச்சு.

எட்டாம் வகுப்புல வையாபுரின்னு ஒரு தமிழாசிரியர். புத்தகத்தை மூடி வச்சுட்டு, கதை சொல்றமாதிரி பாடம் நடத்துவார். கதைகள்ல எங்களையும் ஒரு பாத்திரமாக்கி உலவவிடுவார். ஆண்டாளைப் பத்தி அவர் நடத்திய பாடங்கள் இன்னைக்கு வரைக்கும் நெஞ்சுக்குள்ள இருந்து இனிக்குது. அது, கிளர்ச்சியான விடலைப்பருவம். காதலுக்காக கசிந்துருகி வாழ்க்கையை அர்ப்பணிச்ச ஒரு பெண்ணா அவர் ஆண்டாளை வர்ணிச்சது அற்புதம். ஆண்டாளைப் பத்தி கூடுதலா தெரிஞ்சுக்கத்தான் முதன் முதலா நூலகத்துக்குள்ள நுழைஞ்சேன்.

வையாபுரி வாத்தியார் மாதிரி ஆசிரியராகணும்ங்கிறது என் ஆசை. ஆனா என் மாமா என்னை டெக்ஸ்டைல் டெக்னாலஜில

சேத்து விட்டுட்டார். ஒட்டாத படிப்பு. பாடப்புத்தகங்களை விட பாலகுமாரன் புத்தகங்களைத்தான் நிறையப் படிச்சேன். அந்த இளம் வயசுல வாழ்க்கையோட இன்னொரு தரிசனத்தை பாலகு மாரன் காட்டினார். அவர் மூலமாவே எனக்கு தி.ஜா. அறிமுக மானார். அவர் வேறொரு எதார்த்த உலகத்துக்கு தள்ளிக்கிட்டுப் போனார்.

ஒரு வழியா படிப்பை முடிச்சேன். மாமா சொன்னமாதிரி சூபர்வைசரா வேலை கிடைச்சுச்சு. ஆனா அந்த வேலை மனசுக் கும், உடம்புக்கும் ஒத்து வரல. எல்லாரும் குழந்தைத் தொழிலா ளர்கள். இரவுப்பணி செய்கிற நேரத்துல அவங்க படுற கஷ்டத்தை கண்ணால பாக்கமுடியாது. மத்த ஆட்கள் அவங்களை அதட்டி, அடிச்சு, மிரட்டியெல்லாம் வேலை வாங்குவாங்க. என்னால முடி யலே. வேலையை விட்டுட்டு வந்துட்டேன். அதுக்குப்பிறகு மூணு வருஷம் வீடுதான். நினைச்சா பூக்கடைக்குப் போய், ரெண்டு முழம் பூக்கட்டுவேன். இல்லைன்னா வாசிப்பு... எழுத்து... காதல்..!

கார்த்திகேயன், தூரன்குணா, பிருந்தா, பெரியசாமி, ஷாகிப் கிரான்னு எழுத்துவெறி கொண்ட நண்பர்கள் கிடைச்சது என் வாழ்க்கையில ஒரு திருப்புமுனை. நூல்களைப் பரிமாறிக்கிட்டோம். எழுதி எழுதி விவாதிச்சோம். பாராட்டிக்கிட்டோம். சிற்றிதழ்க ளோட தொடர்பை வளர்த்துக்கிட்டேன். நிறைய எழுத ஆரம்பிச் சேன். வீட்ல அம்மாவோ, அப்பாவோ எதுவும் கேட்டுக்க மாட் டாங்க. ஒரு கட்டத்துல எனக்கே என் போக்கு சரியாப் படலே. அஞ்சுக்கும், பத்துக்கும் மத்தவங்களை எதிர்பார்த்துக் கிடக்கறது என்ன பிழைப்பு..? அப்பாவுக்கு முன்னாடி எழுந்து பூக்கடைக்குப் போகத் தொடங்குனேன். கடையையே எனக்கான களமா மாத் திக்கிட்டேன். 'தக்கை'ன்னு ஒரு இலக்கிய அமைப்பைத் தொடங்கு னோம். 'தக்கை'ங்கிற பேர்லயே ஒரு சிற்றிதழும் தொடங்கினோம்.

தீவிர இலக்கியவாதிகளோட தொடர்பு கிடைச்சபிறகு ஓர ளவுக்கு எனக்கு நவீன கவிதை வடிவம் வாய்ச்சுச்சு. ஆனா இன்னும் முழுமை அடையலே. நவீனத்தை உள்ளடக்கி புதிய விஷயங்களை செஞ்சு பாக்க முயற்சிக்கிறேன். இப்போ பூக் கடையை நான்தான் நிர்வகிக்கிறேன். அதிகாலையில பூ கொள் முதல் பண்ணணும். சாமந்தி தர்மபுரியில இருந்து வருது. மல்லிகை, அரளியெல்லாம் இங்கேயே விளையுது. நாளும், நேரமும் சரியா இருக்கணும். இல்லைன்னா கையைக் கடிச்சிடும். வீதிக்கு வீதி பூக்கடை திறந்துட்டாங்க. கல்யாண வீடுகள்ல டிஸ்கோ பேப்ப ரையும், குரோட்டன்ஸ் செடியையும் வச்சு அலங்காரம் செய்யி றாங்க. இறப்பு வீடுகள்ல தேர்கூட கட்டுறதில்லை. வாகனத்துல வச்சு கொண்டு போயிடுறாங்க.

சாயங்காலம் கட்டுன பூவை மறுநாள் மதியத்துக்குள்ள வித் துடணும். இல்லைன்னா முதலீடு வதங்கிப் போகும். உரம், பூச்சி மருந்துன்னு கொட்டிக்கொட்டி பூக்களோட தன்மையும், விலையும் ஏறிப்போச்சு. அடுத்த தலைமுறையெல்லாம் இந்தத் தொழிலை நம்பி பிழைக்க முடியுமான்னு தெரியலே. வேறு தொழிலுக்கு மாறியாகணும். நண்பர்களோட சேர்ந்து ஒரு டிராவல்ஸ் ஆரம்பிக் கலாமான்னு யோசனை இருக்கு. அதுக்குப் பணம் திரட்டணும்.

என் 'மதுக்குவளை மலர்' எனக்கும், 'குள்ளி'ன்னு நான் செல்லமா அழைச்ச 'அம்மு'வுக்குமான உரையாடல். அம்மு என்னைப் புடம் போட்டவ. வாழ்க்கை மேல நம் பிக்கையை விதைச்சவ. சிதிலமடைஞ்சு கிடந்த என்னை சீர் பண்ணி ஒழுங்குபடுத்தினவ. இன்னைக்கு அவ இல்லை. பளீர்னு வந்து மறையுற மின்னல் போல வாழ்க்கையில வந்துட்டு மறைஞ்சுட்டா. அவளை மனசுக்குள்ள வச்சுக்கிட்டு வாழறேன். வாழ்க்கை அதன்போக்குல ஓடிக்கிட்டிருக்கு..!"

வெ.நீலகண்டன்

செம்பை மணவாளன்

பெரிதும் கையாளப்படாத புதுக்கோட்டையின் செம்மண் மொழியில், விவசாயக்குடிகளின் நசிந்த வாழ்க்கையை, மனதை உருக்கும் சித்திரங்களாக காட்சிப்படுத்துவது செம்பை மணவாளனின் எழுத்து. படைப்பாளியாக மட்டுமின்றி, நாடக இயக்குனராக, நடிகனாக, களப்போராளியாகவும் தன்னை நிலை நிறுத்திக்கொண்ட இவர், கலை இலக்கியப் பெருமன்றத்தின் மாநிலக்குழு உறுப்பினரும் கூட. இவரது 'தவம்' சிறுகதைத் தொகுப்பு இதுவரை 6 பதிப்புகள் கண்டுள்ளது. புதுக்கோட்டையின் வடக்கேயுள்ள செம்பாட்டூர் கிராமத்தில் 'கொத்தனார் வீடு' எதுவென்று கேட்டால், வழிகாட்டுகிறார்கள் மணவாளன் வீட்டுக்கு. பழுப்பு படிந்த வேட்டி, கை வைத்த பனியன், வழுக்கை மறைக்கும் முண்டாசோடு வெள்ளந்தியாக சிரித்து வரவேற்கிறார் மணவாளன்.

"கல்யாணமாகி இருபது வருஷம் குழந்தையே இல்லையாம். அதுக்குப் பிறகு பிறந்ததால 'பிச்சைமுத்து'ன்னு பேரு வச்சாங்க. நானே வச்சுக்கிட்ட புனைப்பெயர், மணவாளன். அத்தைகள், சித்தப்பாக்கள்னு எல்லாரும் கூட்டுக்குடும்பமா இருந்தோம். அப்பா நல்ல உழைப்பாளி. சொந்தமா கொஞ்சம் நிலம் கிடந்துச்சு. அவர்தான் எல்லாருக்கும் நல்லது கெட்டது செஞ்சார்.

அப்பா மேல இன்னைக்கு வரைக்கும் ஆறாத கோபம் உண்டு. உலகம் தெரியாத மனுஷன். என் வாழ்க்கை செங்கல்லோடவும், சிமென்ட்டோடவும் முடிஞ்சுபோக அவருதான் காரணம். யாரையுமே அவர் பள்ளிக்கூடம் அனுப்பலே. படிப்புக்கும், வாழ்க்கைக்கும் எந்த தொடர்பும் இல்லைன்னு நம்புன ஆளு. எனக்குப் பின்னாடி வரிசையா மூணு குழந்தைங்க பொறந்தாங்க. அம்மாவுக்கு உடம்பு முடியல. அதனால, பிள்ளைகளைப் பாத்துக்கற பொறுப்பு என்தலையில விழுந்துடுச்சு.

வாத்தியாருங்க வந்து, 'பிள்ளையை ஸ்கூலுக்கு அனுப்புய்யா'ன்னு கேட்டுப் பாத்தாக. மனுஷன் ஒத்துக்கல. 'படிச்சு இந்த ஒலகத்தையா ஆளப்போறே... திரும்பவும் வயக்காட்டைத்தானே கொத்தணும்? மண்ணைக் கிண்டினா சோறாவது கிடைக்கும். பள்ளிக்கூடம் போயி நேரத்தை வீணாக்காதே'ன்னு சொல்லி தலையில குட்டுவாரு. ஊருல என்னை மாதிரி வேலைக்குப் போற பயலுகளுக்காக ராவுப்பள்ளி நடத்துனாங்க. காலையில எழுந்து மாடு, கன்னை அவுத்து விட்டுட்டு, புள்ளைகளை மேச்சுட்டு, சாயங்காலம் ஆனதும் ராவுப்பள்ளிக்கு ஓடிருவேன். அங்கேதான் 'ஆனா, ஊனா' கத்துக்கிட்டேன்.

புதுக்கோட்டை வட்டாரத்தில அந்தக்காலத்தில பெரிசா தொழிற்சாலைகள் ஏதுமில்லை. ஒண்ணு, மண்ணைக் கொத்திப் பிழைக்கணும்; இல்லைன்னா மருதைப் பக்கம் போயி ஜல்லி உடைக்கணும். விவசாயத்தைப் பொறுத்த வரைக்கும், மழை பேஞ்சா செம்மண்ல கொஞ்சம் பச்சை பூக்கும். இல்லைன்னா வயிறு வறண்டு போவும். விவசாயம் சரியா கைகொடுக்காததால அப்பா ஒரு செங்கல்சூளையில வேலைக்குச் சேந்தார். அதே சூளையில மண்ணு சுமக்கிற வேலைக்கு என்னையும் கூட்டிக்கிட்டுப் போனார். குடும்பத்துக்கு என் வருமானம் அத்தியாவசியமாயிடுச்சு. சூளை வேலை எல்லா நாளும் கிடைக்காது. கீரமலையில ஜல்லி உடைக்கிறதுக்கு என்னை மாதிரி பொடிப்பயலுகள வேலைக்கு எடுத்தாங்க. பாறைய சுத்தியல் வச்சு சின்னச் சின்ன ஜல்லியா உடைக்கணும். அரை கன அடி உடைச்சா ஒண்ணரை ரூபா கூலி. படிக்கமுடியலையேங்கிற ஆதங்கம் வேறுவிதமான தாக்கத்தை ஏற்படுத்துச்சு. கிடைக்கிற காகிதங்கள், புத்தகங்கள் எல்லாத்தையும் எழுத்துக் கூட்டி வாசிப்பேன். எல்லாரும் தீவிரமா கல்லுடைக்கிற நேரத்துல நான் காகிதம் படிப்பேன். மத்தவங்க கேலி பண்ணுவாங்க.

இந்தச் சூழல்ல, எங்க பகுதியில ஒரு நூற்பாலை தொடங்கினாங்க. சித்தப்பாக்களுக்கு அங்கே வேலை கிடைச்சுச்சு. காசு புழங்கத் தொடங்கினதும், ஆளாளுக்கு பிரிஞ்சு போயிட்டாங்க.

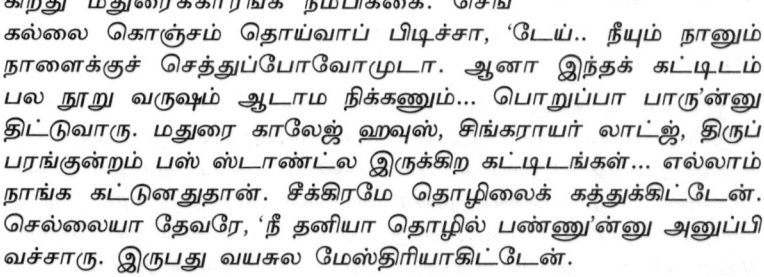

அத்தைகள், சித்தப்பாக்களுக்கு கல்யாணம் செய்ய வாங்கின கடன், அப்பாவோட குரல்வளையை நெரிச்சிச்சு. விரக்தியில வீடு, நிலம் எல்லாத்தையும் விட்டுட்டு எங்களைக் கூட்டிக்கிட்டு மதுரைக்குப் போயிட்டாரு அப்பா. என்னை செல்லையா தேவர்ங்கிற கொத்தனார்கிட்ட சித்தாளா சேத்துவிட்டார். செல்லையா தேவர் பெரிய ஆசான். அவர் கல்லெடுத்துக் கட்டுனா பல தலைமுறைக்கு வீடு மங்களகரமா இருக்கும்ங்கிறது மதுரைக்காரங்க நம்பிக்கை. செங்கல்லை கொஞ்சம் தொய்வாப் பிடிச்சா, 'டேய்.. நீயும் நானும் நாளைக்குச் செத்துப்போவோமுடா. ஆனா இந்தக் கட்டிடம் பல நூறு வருஷம் ஆடாம நிக்கணும்... பொறுப்பா பாரு'ன்னு திட்டுவாரு. மதுரை காலேஜ் ஹவுஸ், சிங்கராயர் லாட்ஜ், திருப்பரங்குன்றம் பஸ் ஸ்டாண்ட்ல இருக்கிற கட்டிடங்கள்... எல்லாம் நாங்க கட்டுனதுதான். சீக்கிரமே தொழிலைக் கத்துக்கிட்டேன். செல்லையா தேவரே, 'நீ தனியா தொழில் பண்ணு'ன்னு அனுப்பி வச்சாரு. இருபது வயசுல மேஸ்திரியாகிட்டேன்.

மதுரை திலகர் திடல்ல ஒரு கம்யூனிஸ்ட் கூட்டம். ஜெயகாந்தன் சிறப்புரை. அவரோட பேச்சும் ஆவேசமும், உடம்புக்குள்ள 'குபீர்'னு ஒரு உணர்ச்சியை உருவாக்குச்சு. என்னைக் கூட்டிக்கிட்டுப் போன நண்பர், ஜெயகாந்தனோட 'தேவன் வருவாரா' சிறுகதைத் தொகுப்பை வச்சிருந்தார். அதை வாங்கிட்டுப் போய் ஒரே இரவுல படிச்சு முடிச்சேன். நம்ம அனுபவங்களை நாமும் எழுதணும்ங்கிற உத்வேகம் பிறந்தது அந்த இரவுலதான். அதுக்குப் பிறகு தேடித் தேடி வாசிச்சேன். ஜெயகாந்தன், புதுமைப்பித்தன், தொமுசி ரகுநாதன், மாக்ஸிம் கார்க்கி, டால்ஸ்டாய்... எல்லாம் படிச்சேன்.

கம்யூனிஸ்ட் கட்சியில சேந்தேன். இயக்கக் கொள்கைகள், சமூக அவலங்களை பாடல்களா எழுதி கூட்டங்கள்ல பாடத் தொடங்குனேன். தொமுசி ரகுநாதன் நடத்தின 'சாந்தி' பத்திரிகையில அந்தப் பாடல்கள் வெளிவந்துச்சு. 'நீங்க நாடகத்துக்குப் போகலாமே'ன்னு சில தோழர்கள் உற்சாகப்படுத்துனாங்க. மாடக்குளத்துல, 'பாரதி கலைமன்றம்'னு ஒரு அமைப்பு தீவிரமா செயல்பட்டுச்சு. பாவலர் தலைமையில நடந்த அந்த மன்றத்துல இளையராஜா, கங்கை அமரன்லாம் இருந்தாங்க. அவங்ககூட நாடகங்கள்ல நடிச்சேன்.

கலை இலக்கியப் பெருமன்றத்துல சேந்தபிறகுதான் சிறுகதைகள் மேல ஈர்ப்பு வந்துச்சு. பொன்னீலனும், தனுஷ்கோடி ராமசாமியும் சிறுகதை பக்கம் என்னைத் திருப்பினாங்க. கதைகளை என் வாழ்க் கையிலயே தேட வழிகாட்டுனது அவங்கதான். உழைப்பையும், மண்ணையும் மட்டுமே நம்பியிருக்கற ஒவ்வொரு கிராமத்தான் வாழ்க்கையிலயும் ஒரு நாவல் எழுதுற அளவுக்கு துயரமும் சோகமும் அப்பிக் கிடக்கு. மாலையம்மான்னு ஒரு சிறுமி என் கூட சித்தாளா வருவா. பாக்குற பெண்கள்கிட்ட ஓசி ரவிக்கை, ஓசி பாவாடை கேப்பா. தலையை பரட்டையாப் போட்டுக்கிட் டுத் திரிவா. 'தலையை ஒழுங்கா கட்டிக்கிட்டு வந்தா என்ன'ன்னு கேட்டா, 'மயிருதான் கஞ்சி ஊத்துதா'ன்னு கேப்பா. அந்த சின்ன வயசுல எப்படியொரு பாதிப்பு இருந்தா இப்படியொரு வார்த்தை வரும்? அந்தப் பொண்ணுதான் என் முதல் கதை நாயகி. தாமரை, பொன்னின்னு பல பத்திரிகைகள்ல எழுதுனேன்.

இப்போ எனக்கு வயசு 67. ஒண்ணும் பெரிசா எழுதிடலே. மிஞ்சிப் போனா 30 கதைகள்... அவ்வளவுதான்! முப்பது கதை களும் முப்பது வாழ்க்கை. பள்ளிக்கூடம் பக்கம் ஒதுங்காத ஒரு மனுஷன், வாழ்க்கையைத் தவிர வேறெதை எழுதமுடியும்..? நல்ல கொத்தனாருங்கிற பேரு இருக்கு. ஓரளவுக்கு வேலை கிடைக்குது. மூணு பசங்க... ஒரு பொண்ணு. அப்பா பண்ணின தப்பை நான் செய்யல. நல்லா படிக்க வச்சிருக்கேன். மூத்தவன் முருகானந்தம் பேராசிரியனா இருக்கான். நிறைய எழுதுறான். அவனோட எழுத்து, நம்பிக்கையா இருக்கு. நான் எழுதாம விட்டதை எல்லாம் அவன் எழுதுவான். இனி எனக்கு எந்தக் கவலையும் இல்லை..!"

25

கவியோவியத்தமிழன்

"இறந்ததுக்குப் பிறகும் எவன் ஒருத்தனோட பேரு இந்த உலகத்துல நிலைச்சு நிக்குதோ அவன்தான் அர்த்தமுள்ள வாழ்க்கையை வாழ்ந்தவன். அப்படி ஒரு வாழ்க்கையைத்தான் நானும் வாழ ஆசைப்படுறேன். அதுக்காகவே நான் எழுத்தைத் தேர்ந்தெடுத்தேன்..."

– தீர்க்கமான பார்வையோடு பேசத் தொடங்குகிறார் கவியோ வியத்தமிழன். சிவந்த கண்களும், கலைந்த முடியும், அடர்ந்த மீசை யுமாக இயல்பைப் பிரதிபலிக்கும் இவரின் எழுத்து பூடகமற்றது. எழுத்துக்கு இணையாக கோட்டோவியங்களாலும் கவனம் பெற்ற இவர், 'சாம்பலாடை' என்ற கவிதை நூலையும், 'ஊடாடும் வாழ்வு' என்ற சிறுகதை நூலையும் பங்களித்திருக்கிறார். திண்டுக்கல் மாவட்டம், அய்யலூரை ஒட்டியுள்ள நைனான்குளத்துப்பட்டிக் காரரான இவர், ஒரு சுவர் ஓவியர்.

"எட்டாவதோட படிப்பு நின்னுபோச்சு. கெட்ட பயலுக சவ காசம்... கத்துக்காத கெட்ட பழக்கமில்ல. கீழே கிடக்கிற ஒட்டு பீடிக ளைப் பொறுக்கி மொத்தமா வாயில வச்சு இலந்தைக்காட்டுக்குள்ள உக்காந்து புகைக்கிறதுண்டு. மாங்கா திருடுறது, தேங்கா புடுங்கிறது, புளியங்கா உலுப்பி ஐஸ்காரன்கிட்ட விக்கிறதுன்னு செய்யாத தப்பில்ல.

அப்பா பழனியப்பன் அப்படியே நேர்மாறா னவரு. உழைச்சே ஓடாப்போன மனுஷன். டீக் கடை வச்சிருக்கார். காலையில 4 மணிக்கு எழுந்து அடுப்பு பத்த வச்சாருன்னா நைட்டு 10 மணிக்குத்தான் உக்காருவார். அந்த உழைப்புல தான் ரெண்டு அக்காக்களுக்கு கல்யாணம் பண்ணி வச்சு, அண்ணனையும் தம்பியையும் ஓரளவுக்கு படிக்கவும் வச்சார்.

நான் தென்னமட்டை பின்னப்போவேன். நல்ல காஞ்ச தென்னமட்டையை ஊற வச்சு, ரெண்டா வகுந்து, ஓலையை ஒ ண் ணுக்குள்ள ஒண்ணு விட்டு தட்டியா முடையணும். ஒரு மட்டை பின்னிக் கொடுத்தா இருபது பைசா கொடுப்பாங்க. கொஞ்சம் வளர்ந்த பிறகு, வீடுகளுக்கு சுண்ணாம்பு அடிக்கப் போனேன்.

சின்ன வயசுலேயே எனக்கு ஓவியம் வரையிறதுல ஆர்வம் உண்டு. படிப்பு மேல ஈர்ப்பு வராததுக்கும், வாத்தியார்களுக்கு என்னைப் பிடிக்காமப் போனதுக்கும் முக்கியக் காரணம் ஓவியம் தான். பூனாம் பழம், செம்பருத்தி பூ, இலைகளை எல்லாம் கசக்கி கலரெடுத்து, சீமைக் கருவேலங்குச்சியை ஒடிச்சு, முனையை பிரஷ் ஷாக்கி சுவர்கள்ல விஜயகாந்த், ரஜினிகாந்த் படங்களை வரைஞ் சுக்கிட்டு திரிவேன்.

எங்கூர்ல வேலுமணின்னு ஒரு ரயில்வே பெயின்டர் இருந்தாரு. ‘ஓம்சக்தி ஆர்ட்ஸ்’ங்கிற பேர்ல விளம்பர போர்டெல்லாம் எழுதுவாரு. நான் வரையிற ஓவியங்களைப் பாத்த அவரு, ‘கோடெல்லாம் நல்லா இழுக்கிறியே... என்கூட வா, எழுதக் கத் துத் தாரேன்’னு கூப்பிட்டாரு. அவருதான் எனக்கு குரு.

ஓய்வு நேரத்துல டீக்கடைக்குப் போயிடுவேன். கிளாஸ் கழுவி வைக்கிறது, பால் வாங்கியாறதுன்னு அப்பாவுக்கு உதவிகள் செய் வேன். கிராமத்து டீக்கடைகளுக்கு பல முகங்கள் உண்டு. இப்பவும் பல கிராமங்கள்ல டீக்கடைதான் நூலகம். பேப்பர் படிக்கிறதுக் காகவே டீக்கடைக்கு வருவாங்க. விடியக்காத்தால மூஞ்சியக் கழு விட்டு கடைக்கு வந்தாங்கன்னா, பேப்பரு படிச்சுட்டு, அரசியல் பேசி, வம்பளந்து போறதுக்கு ஒம்போது, பத்து மணியாயிரும். அதுக்குள்ள ஆளுக்கு நாலு டீயாவது குடிச்சிருவாங்க. ரொம்ப சுவாரஸ்யமா இருக்கும். எங்க கடைக்கும் ரெண்டு பேப்பர் வரும். அதோட வர்ற இணைப்பிதழ்களை வாசிப்பேன். அந்த கதைகள், ஓவியங்களுக்குள்ள கரைஞ்சு போயிருவேன். அந்த வாசிப்புதான் இன்னொரு கட்டத்துக்கு நகர்த்துச்சு.

வெ.நீலகண்டன் 135

என் அண்ணன் சொக்கர், விதவிதமா காமிக்ஸ் புத்தகங்கள் வாங்கி வச்சிருப்பான். ராஜேஷ்குமார், பட்டுக்கோட்டை பிரபாகர், ரமணிசந்திரன் நாவல்களும் வீட்ல இருக்கும். மெல்ல மெல்ல இதையெல்லாம் வாசிக்கத் தொடங்கினேன். அந்த உந்துதல்ல நூலகத்துக்குப் போனேன். கவிதை, சிறுகதை, நாவல்னு வாசிப்புல நகர்ந்தேன். வாசிக்கிறதுல உள்ள பிரச்னையே, செரிமானம்தான். உள்ளே போகப்போக, ஏதோ ஒரு வழியில அது வெளிவந்தே ஆக ணும். குறைந்தபட்சம் அதுபத்தி பேசவாவது செய்யணும். அன் னைக்கு இலக்கியம் பேசுற அளவுக்கு, பக்குவமான நட்பு வட்டம் இல்லை. அதனால எனக்கு இருந்த ஒரே வழி எழுதுறதுதான்.

வேலுமணி அண்ணன் ஓவியத்துல நிறைய நுணுக்கங்களைக் கத்துக் கொடுத்தார். எந்த இடத்துல எந்த வண்ணத்தைச் சேக் கணும், எப்படி நூலடிக்கணும், கோடுகளோட நோக்குப்போக்கு எப்படியிருக்கணும்... எல்லாத்தையும் கத்துக்கொடுத்து உத்வேகம் கொடுத்தார். சீக்கிரமே தனியா தொழிலை ஆரம்பிச்சுட்டேன். ‘வி.பி.எஸ் ஆர்ட்ஸ்’னு பேரு வச்சுக்கிட்டேன். நிறைய வேலைகள் வந்துச்சு. திண்டுக்கல், வையம்பட்டி, மணப்பாறை தொடங்கி திருச்சி வரைக்கும் கடை போர்டுகள்ல முக்கால்வாசி நான் வரைஞ்சதுதான். ரசிகர் மன்றம், கட்சி சுவர் விளம்பரங்களும் நிறைய வரும். தமிழ்நாடு முழுதும் போய் சிமென்ட் கம்பெனி விளம்பரங்கள் எழுதியிருக்கேன். தொழில் ஓஹோன்னு ஓடுச்சு.

முதன்முதல்ல நான் எழுதின கவிதை ‘கவிக்காவிரி’ இதழ்ல வெளிவந்துச்சு. அதுக்குப் பிறகு நிறைய சிற்றிதழ்களோட தொடர்பு. மனசுக்கு நெருக்கமான உண்மைகளை பகிரங்கமா பகிர்ந்துக் கிறதுக்கு சிறுபத்திரிகைகள் நல்ல களம். விபரம் தெரிஞ்ச காலத் துல இருந்து டைரி எழுதுற பழக்கம் இருக்கு. என் நிறைகளையும், குறைகளையும் அப்பட்டமா அதுல பதிஞ்சு வைப்பேன். அதுல கிடைச்ச சுவாரஸ்யம்தான் சிறுகதைகள் பக்கம் திருப்புச்சு.

இந்த உலகமே வக்கிரங்களால நிரம்பியது. அதனால ஏற்படக் கூடிய பாதிப்புகளை முன்நிறுத்தியே என் எழுத்து அமையுது. இது நானே எதிர்பாராதது. அதுக்கு நான் வாழ்ந்த, வளர்ந்த சூழல் காரணமா இருக்கலாம். முதன் முதல்ல நான் எழுதின சிறுகதை, ஆண்களோட வக்கிரத்தை எதிர்கொள்ள முடியாம திணறுகிற ஒரு பெண்ணைப் பத்தினது. கவிதை, சிறுகதை தளத்துல என் னாலான வேகத்துல இயங்கிக்கிட்டு இருக்கேன். சிற்றிதழ்களுக்கு ஓவியங்கள் வரைஞ்சு அனுப்புறேன். அப்பப்போ நானே சிற்றிதழ் கள் நடத்தவும் செய்யிறேன்.

ஃபிளக்ஸ் போர்டு தொழில்நுட்பம் வந்தபிறகு, சுவர் ஓவியர் களோட வாழ்க்கை மொத்தமா நசிஞ்சு போச்சு. 2, 3 நாட்கள்

நாங்க செஞ்ச வேலையை இயந்திரம் அரை மணி நேரத்துல செஞ்சு முடிச்சிடுது. அதுல கிடைக்கிற பளபளப்பு மக்கள் ரச னையை மாத்திடுச்சு. திறமையான பல ஓவியர்கள் பனியன் கம் பெனிக்கும், செங்கற்சூளைக்கும், டீக்கடைகளுக்கும் வேலைக்குப் போயிட்டாங்க. என்னால தூரிகையைத் தூக்கிப் போட்டுட்டு வேற வேலைக்குப் போக முடியல. ஸ்கூல், பாத்ரூம், கலையரங் கம்னு அப்பப்ப கிடைக்கிற எழுத்து வேலையை நம்பி வாழ்ந் துக்கிட்டு இருக்கேன். வீடுகளுக்கு பெயின்ட் அடிக்கப் போறேன். எப்பவாவது கோயில்களுக்கு பெயின்ட் அடிக்கிற வேலை வரும். அதுல கொஞ்சம் காசு நிக்கும்.

திருமணம் ஆயிடுச்சு. மனைவி பேரு அம்பிகா. பகுத்தறிவன், பைந்தமிழ்னு ரெண்டு குழந்தைங்க. குடும்ப நெருக்கடிகளைக் கடந் துதான் எழுத வேண்டியிருக்கு. ‘ஊடாடும் வாழ்வு’ புத்தகத்துக்கு கொஞ்சம் கடன் வாங்கிட்டேன். வட்டியே வாழ்க்கையைத் தின்னு டும் போலிருக்கு. மூணு கவிதைத் தொகுப்புகள் கைவசம் தயாரா இருக்கு. ஒரு சிறுகதைத் தொகுப்பும் போடலாம். யார்கிட்டயும் போய் நிக்க சங்கடமா இருக்கு.

சுவர் விளம்பரத்தை நம்பி இனிமே பிழைக்க முடியாது. கம்ப் யூட்டரைக் கத்துக்கிட்டு டிசைனிங் வேலைகள் செய்யலாமான்னு யோசனை வச்சிருக்கேன். வலுவுள்ளவனால மட்டும்தான் இந்த உலகத்துல வாழமுடியும். எனக்கு வலுவிருக்கு!”

ந. ஜயபாஸ்கரன்

“எப்போதும் ஒரு படைப்புதான் பேசப்படணும். அதைப் படைக்கிறவனைப் பத்திப் பேச எதுவுமில்லை. மற்ற எல்லாரையும் போல அவனும் வாழ்ந்து முடிஞ்சு போற ஜீவன். ஆனா படைப்புக்கு அழிவில்லை. உணர்வுக்கு விரோதமில்லாம உருவாக்கப்பட்ட எந்தப் படைப்பும் காலக் கரையானால் அரிக்கப்படாம நீடிச்சு நிற்கும்...”

– வார்த்தைகளுக்கு வலிக்காமல் மென்மையான அழகுதமிழ் பேசுகிறார் ந.ஜயபாஸ்கரன். சிந்தனைச் சுழிப்பும், பூடகமுமாக, வழமையான கருத்தமைவுகளை ஊடறுக்கும் கவித்தன்மை குலையாத எழுத்து ஜயபாஸ்கரனுடையது. மௌனமும், தனிமையும் ஊடாடும் இவரது கவிதைகள் சொற்பமே என்றாலும் தமிழின் ஆகிருதியான நவீன கவிதை இலக்கியத்தின் வேராக விரவி நிற்கின்றன. ‘அர்த்தநாரி அவன் அவள்’ என்ற கவிதைத்தொகுப்பின் வழியாக பெரிதும் கவனம்பெற்ற இந்தப் படைப்பாளி, மதுரை நகரின் வெங்கலக்கடைத் தெருவில் பாத்திரக்கடை வைத்திருக்கிறார்.

“இதுவரைக்கும் யாரும் செய்யாத எதையும் நான் செஞ்சிடலே. மொழியார்வம் பொங்கித் ததும்பின ஒரு காலகட்டத்துல பிறந்து, விருப்பத்தைக் குலைக்காம வாழ அனுமதிக்கிற ஒரு குடும்பத்துல

வளர்ந்து, அற்புதமான ஆசிரியர்கள்கிட்ட படிச்ச எல்லோரும் செய்யக்கூடிய ஒண்ணையே நானும் செஞ்சிருக்கேன். பாத்திரம் விக்கிறதுக்காக எல்லோரும் என்னை பாராட்டணும்னு நினைக்கிறது எப்படி அபத்தமோ, அதைப் போலவே நான் கவிதை எழுதுறதுக்காக என்னைப் பாராட்டணும்னு நினைக்கிறதும்!

அப்பாவுக்குப் பூர்வீகம் அவினாசி. நாங்க பிறக்குறதுக்கு முன்னாடியே மதுரைக்கு வந்துட்டாங்க. பாத்திரத்தொழில்தான் பாரம்பரியம். அப்பா ரொம்ப நேர்த்தியான மனிதர். பிள்ளைகள் மேல எந்த முடிவையும் திணிக்காதவர். எந்த வேலையையும் திருத்தமா பண்ணுவார். அண்மையில அவர் எழுதின பழைய பேரேடுகளை எடுத்துப் பாத்தேன். சின்ன அடித்தல், திருத்தல் கூட இல்லாம முத்துப் பதித்தது போல எழுதியிருக்கார். அந்த ஒழுங்குதான் இன்னைக்கு எங்க வாழ்க்கையை வழிநடத்துது.

அம்மாவுக்கு இப்போ 90 வயது. இன்னைக்கு வரைக்கும் அவங்க வேலையை அவங்களே பாத்துக்கிறாங்க. நிறைய படிப்பாங்க. இப்பவும் ‘காலச்சுவடு’ல இருந்து ‘கலைமகள்’ வரைக்கும் எல்லாப் பத்திரிகைகளையும் கண்ணாடி கூட இல்லாம வாசிக்கிறாங்க. அவங்க மூலமாவே எங்களுக்கு வாசிப்புப்பழக்கம் வந்திருக்கணும்.

நான் ஒரு தனிமை விரும்பி. வாசிப்பும் எழுத்தும்தான் என் தனிமைக்குத் துணை. பள்ளிக்கூடக் காலங்கள்லயே எழுதத் தொடங்கிட்டேன். சிறுவர்களுக்காக வந்துக்கிட்டிருந்த ‘கண்ணன்’ இதழ்ல என் கவிதைகள் பிரசுரமாகியிருக்கு. சென்னை விவேகானந்தா கல்லூரியில பியூசி படிக்கும்போது, ஐயா வை.மு.கோ எனக்கு ஆசிரியர். எழுத்தில எனக்கு உத்வேகத்தை உருவாக்கினவங்கள்ல அய்யாவும் முக்கியமானவர். அண்ணன் எஞ்சினியருக்குப் படிச்சார். என்னை டாக்டராக்கணும்னு அப்பாவுக்கு ஆசை. பியூசி முடிச்சுட்டு அதே கல்லூரியில தாவரவியல் சேந்தேன். ஆனா, அந்தப் படிப்பு என் இயல்புக்கு சரியா வரலே. டிஸ்கன்டினியூ பண்ணிட்டு மதுரை தியாகராஜர் கல்லூரியில தமிழ் இலக்கியம் சேந்துட்டேன். அப்பா என்னோட முடிவை ஒரு புன்சிரிப்போட சகிச்சுக்கிட்டார்.

கல்லூரி நூலகத்துல ‘எழுத்து’ பத்திரிகை கிடைச்சுச்சு. பரந்துபட்ட எழுத்துலகம் அறிமுகமாச்சு. ‘மௌனம்’ங்கிற தலைப்புல நான் எழுதின முதல் கவிதை ‘எழுத்து’ல வெளிவந்துச்சு. தொடர்ச்சியா எழுதுற ஆர்வம் அதிகமாச்சு. அவ்வை துரைசாமி பிள்ளை, அவ்வை நடராஜன், கண.சிற்சபேசன், தமிழண்ணல், சுப.அண்ணாமலை மாதிரி தமிழில் ஆழங்கால்பட்ட பெரியவர்கள் எனக்கு பேராசிரியர்களா கிடைச்சதும் பெரிய வாய்ப்பு.

கல்லூரி நேரம் போக, மற்ற நேரங்கள்ல பாத்திரக்கடைதான். பேரேடுகள் எழுத, வியாபாரம் பார்க்க, அப்பாவுக்கு உதவி செய்வேன். எம்.ஏ முடிச்சபிறகு, தியாகராஜர் கல்லூரியிலயே டியூட்டர் வேலை கிடைச்சுச்சு. ஒரு வருடம் வேலை செஞ்சேன். இடையில அப்பாவுக்கு உடல்நிலை சரியில்லாம போச்சு. யாராவது ஒருத்தர் கடை நிர்வாகத்தைக் கவனிக்கணும்ங்கிற நிலை வந்தப்போ, கல்லூரி வேலையை விட்டுட்டு பாத்திரக்கடைக்கு வந்துட்டேன்..

எஸ்.ராமகிருஷ்ணன் உலக இலக்கியங்கள்ல ஆழங்கால் பட்டவர். வாரா வாரம், சனி, ஞாயிறுகள்ல உலக இலக்கியங்கள் பற்றி வகுப்பெடுத்தார். என் சகோதரியோட கணவர் ராஜரத்தினம் அந்த வகுப்பைப் பற்றிச் சொன்னார். நானும் போனேன். அங்கதான் ஏராளமான மேலைநாட்டுப் படைப்பாளிகள் அறிமுகமானாங்க. அதில் என்னைப் பெரிதும் பாதித்த படைப்பாளி எமிலி டிக்கின்ஸன். காரணம், என்னோட இயல்பும், எமிலியோட இயல்பும் ஒண்ணுதான். தனிமையும், மௌனமுமே அவளோட மொழி. 56 வருடங்கள் வாழ்ந்த எமிலி 1565 கவிதைகள் எழுதியிருக்கா. பிரசுரமானவை ஐந்தோ, ஆறோ மட்டும்தான். எதனோடும் ஒட்டி வாழ விரும்பாத அந்தப் பெண்ணோட படைப்புகள் இன்னைக்கு உலக இலக்கியங்களில் முதன்மை வரிசையில இருக்கு. பிரதியை உருவாக்கினவனை விட பிரதியே பிரதானமானதுங்கிற முடிவுக்கு வர எமிலிதான் ஆதாரம். அதுக்குப்பிறகு நான் எமிலியோட பாதையிலேயே நடக்கத் தொடங்குனேன். எழுத்து, தீபம், கணையாழி பத்திரிகைகள்ல தொடர்ந்து என் படைப்புகள் வந்துச்சு.

கலாப்ரியா போன்ற என் சககாலத்துப் படைப்பாளிகள் குறைந்த காலத்திலேயே மிக எளிதா அவங்களுக்கான வடிவத்தை அடைஞ்சுட்டாங்க. ஆனா எனக்கு அப்படியொரு வடிவம் கிடைக்க ரொம்ப காலமாச்சு. என் தனிமை ஒரு காரணமா இருக்கலாம்.

இப்போ எனக்கு 63 வயசு. எழுத்து பற்றி எந்தத் திட்டமும் வச்சுக்கிறதில்லை. அதுக்காக நேரம் ஒதுக்கி சிந்திக்கறதும் இல்லை. பேரேடுகள்ல பற்று வரவு எழுதுறபோது, திடீர்னு ஒரு கவிதை தோணும். ஒரு காகிதத்துல எழுதிக்குவேன். பொதுவா வியாபாரிக்கு சொல்லுல கவனம் இருக்கணும். கவிதைக்கும் சொல்தான்

பிரதானம். நான் வியாபாரியா இருக்கிறது கவிதை எழுதவும் வசதியா இருக்கு.

பாத்திர வியாபாரம் பாரம்பரியத்தோட தொடர்புடைய தொழில். இன்னைக்கு தொழிலோட செய்நேர்த்தி குறைஞ்சு போச்சு. நிலக்கோட்டை அங்கணப் பத்தர்னு ஒருத்தர். அவ்வளவு திருத்தமா மாடவிளக்கு செய்வார். அவர் இறந்தபிறகு அந்த விளக்கே வழக்கொழிஞ்சு போச்சு. மானாமதுரை சுப்பிரமணிய ஆசாரி, அரியக்குடி வேலு ஆசாரி செய்யிற வெங்கலப்படி அவ்வளவு அற்புதமா இருக்கும். அவங்களுக்குப் பிறகு எடுத்துச் செய்ய ஆளில்லாம படியே இல்லாமப் போச்சு. சில நேரங்கள்ல தொழிலுக்கும் எனக்கும் சின்னதா ஒரு பொருந்தாமை தோன்றும். நொடிப்பொழுதுல அதிலிருந்து வெளியில வந்துடுவேன்.

எனக்குத் தெரியும்... இதுவரைக்கும் நான் பெரிசா எதுவும் எழுதலே. ஆனா, என் உணர்வுக்கு நான் உண்மையா இருக்கேன். நான் வாழ்ந்து பாக்காத, உணர்ந்து பாக்காத எதையும் நான் சொல்லமாட்டேன். அவ்வளவுதான்..!"